கிரேஸியுடன் சிரியுங்கள்

சிறுகதைகள், கட்டுரைகள்

1

கிரேஸி
மோகன்

அறிவே விளக்கு
அல்லயன்ஸ்

அல்லயன்ஸ்

[125 - வது ஆண்டைக் கொண்டாடும் முதல் தமிழ்ப் புத்தக நிறுவனம்]

கிரேஸியுடன் சிரியுங்கள் - *1*

Crazyudan Siriyungal Vol. 1

உரிமைப் பதிவு

முதற் பதிப்பு : 2025

அட்டை ஓவியம்: கேஷவ்

ISBN	:	978-93-6358-045-9
Total No. of Pages	:	160 Pages
Laser Typeset	:	Rani Graphics, Chennai - 04
Printing	:	Repro Books Ltd., India

THE ALLIANCE COMPANY

Publishers & Booksellers

Old No. 244, New No. 64, Ramakrishna Mutt Road, Mylapore, Chennai - 600 004.
Tel.: 044 - 2464 1314 | Mob.: 928 928 1314
www. alliancebook.com ◆ email: books@alliancebook.com

சமர்ப்பணம்

திரு. சித்ராலயா கோபு

ரங்காச்சாரி மோகனுக்கு Crazy மோகனாக சினிமாவில் அவதாரம் எடுக்கவேண்டும் என்ற ஆசைக்கு வித்திட்டது கோபுவின், காதலிக்க நேரமில்லை திரைப்படத்தை, நேரங்காலம் பாராமல் காதலித்ததால் வந்த ஆசைதான், மோகனை ஒரு நகைச்சுவை வசனகர்த்தாவாக விஸ்வரூபம் எடுக்கவைத்தது. விரசமில்லாத, இயல்பான நகைச்சுவைக்கு உண்மையான எடுத்துக்காட்டு கோபு அவர்களின் நகைச்சுவை. மோகனை பொறுத்தவரை கோபு அவர்கள், நகைச்சுவை கடலில் மூழ்கி முத்துக்குளிப்பவர். நாங்களெல்லாம், அவர் கடலில் இருந்து வெளியே வரும்போது சிதறும் தண்ணீரில் குளிப்பவர்கள் அவ்வளவே. ஒரு வேளை கோபு ஹாலிவுட்டில் பிறந்து இருந்தால் அந்த கடலுக்கு நடுவில் ஒரு குட்டி தீவுக்கு சொந்தக்காரராக இருந்து இருப்பார். நம் அதிர்ஷ்டம் அவர் இங்கே பிறந்து, பல நேரங்களில் கவலை மறந்து, ஏன் நம்மையே மறந்து நாம் சிரிக்கும் சிரிப்புக்கு சொந்தக்காரராக என்றுமே இருக்கின்றார்.

'Crazy' Thoughts

ஒரு கலைஞன் இல்லாதபோதும் பெருமை தொடரலாம். ஆனால் அப்பெருமை அக்கலைஞன் இருந்தபோது உருவாக்கியது.

அவர் இப்போது இல்லை என்பது என் மனதிற்குள் பதிவாகவில்லை. 'கிரேசிக்கு ஒரு போன் போடலாமே' என்று ஒரு வினாடி சிந்தனை தோன்றி மறைவதும் உண்டு.

என் மனதிலும், என் தொடர்பு எண் பட்டியலிலும் அழியாத, அழிக்க முடியாத சில பெயர்கள் இருக்கின்றன. KB சார், நாகேஷ் சார், அனந்து சார், சந்திரஹாசன்... இப்போ மோகன். இது நட்பையும் தாண்டியது. அவரை மோகனஹாசன் என்றே சொல்லலாம்.

Crazy மோகன் is a simple man. 'இது நான் சொன்னது, இது நான் எழுதினது, இது என்னோடது' என்று அவருக்கு எந்த எண்ணமும் கிடையாது. தான் சிந்தித்தவற்றை, பக்கத்தில்

இருப்பவர்களுக்குக் கொடுப்பதில் அவருக்கு ஒருபோதும் எந்தத் தயக்கமும் இருந்ததே இல்லை. பேனாவைத் திறந்தால் எழுத்து வரும்.

வரும் என்கிற நம்பிக்கை இருப்பவர்களுக்கு மட்டும்தான் அந்தத் துணிச்சல் வரும். அவரிடம் நகைச்சுவை மட்டும்தான் இருந்ததே தவிர, போட்டி, பொறாமை, வீண் வம்பு என்று எதையும் நான் பார்த்தது இல்லை.

அவருடைய craziness ஒரு ஒட்டுவாரொட்டி. எனக்கும் அந்த வியாதி உண்டு. அதை நான் சந்தோஷமாகப் பயன்படுத்திக்கொண்டு இருக்கிறேன்.

மோகன் மாதிரி tangential-ஆக humour யோசிக்கிற ஆள் ‘யாம் அறிந்த இந்தியாவிலே எங்கும் காணோம்.’ இதை பாரதி சொன்ன அதே திமிருடனேயே நானும் சொல்கிறேன்.

நாகேஷ், மௌலி, நான், மோகன் எல்லாம் ஒரு lineage. I definitely think a connecting wire runs between us. என் கதையில், அவர் கதை கொஞ்சம் கலக்காமல் இருக்காது. மோகன் கதையில் மௌலி சார் கதை கலக்காமல் இருக்காது.

இந்தியாவின் பெரிய காமெடி writer Mohan. ஆனால் உள்ளுக்குள் சீரியஸான ஆள். அவரது சீரியஸ் முகத்தை அவர் வெளியே கொண்டுவரவே இல்லை என்கிற என் வருத்தத்துக்கு பதில்தான் அவரோட ‘ரமணாயணம்’.

பொதுவாக சுடுகாடு என்பது முடிவைக் குறிக்கும். ஆனால் St. Mary's இடுகாட்டில் ஆரம்பித்த எங்கள் நட்பு, இன்றும் என்றும் Mohan அவர்களின் நகைச்சுவையைப் போல காலத்தால் அழியாதிருக்கும்.

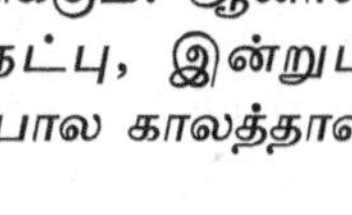

கமல்ஹாசன்

22.08.2024

வாழ்த்துரை

திரு. கிரேஸி மோகன் அவர்களின் எழுத்தாற்றல் தனி பிரசித்தி உடையது. அவரை சுமார் 33 வருடத்திற்கு முன்பாக எனது நண்பர் திரு இராமநாதன் (பழம்பெரும் கர்நாடக சங்கீத வித்வான் திரு. ராம்நாத் அவர்களின் மகன்) அவர்களால் அறிமுகப்படுத்தப் பட்டேன். திரு. மோகன் அவர்களின் எழுத்தாற்றல், வசனம் என்றும் ஒரு unbelievable humour with profound message. மேலும் அவரது பாணியில் வம்புகளுக்குக் கண்டிப்பாக இடமில்லை. இது யார் மனதையும் புண்படுத்தாத humour. சிறிய குழந்தைகள் முதல் வயதானவர்கள் வரை ஈர்க்கும் இவரது பாணி. திரு. கிரேஸி மோகன் had a very great value system with which he lived, has made him a distinct human being.

Very happy to note that his able brother Mr. Madhu Balaji along with Crazy Creations team are carrying the legacy of Mr. Mohan with young fresh talents, thus keeping his humour and dialogues alive for next generation. This book containing Mohan's work is a great tribute for his contribution.

ரவி அப்பாசாமி

அல்லயன்ஸ்ஸுடன் அல்லயன்ஸ்...

125 வருஷங்களாக இருக்கும் அல்லயன்ஸ் கம்பெனியுடன் எங்களுக்கு ரொம்ப வருஷங்களாகத் தொடர்பு உண்டு. எங்க அப்பா மைலாப்பூர் பிராஞ்ச் இந்தியன் பாங்க்ல அக்கௌண்ட்டண்ட்டா இருந்த காலத்துலேந்தே தொடர்பு உண்டு. அங்கிருந்து நிறைய புஸ்தகங்களை வாங்கி படிச்சிருக்கார்... விரும்பி கேட்டு வாங்கிப் படிப்பார். ஸ்ரீநிவாஸனுடைய அப்பாகிட்டயும், ஸ்ரீநிவாஸன்கிட்டயும் கேட்டு வாங்கிப்பார். ஏன்னா, எங்க அப்பாவுக்கு படிக்கற ஆர்வம் ரொம்ப உண்டு. எங்க அப்பா மாதிரியே மோகனுக்கும் படிக்கற ஆர்வம் இருந்து, அவனும் அல்லயன்ஸ் கம்பெனிலேந்து நிறைய வாங்கி படிப்பான்.

மோகன் எழுத ஆரம்பித்து, ஒரு கட்டத்துல, மைலாப்பூர்ல ஸ்ரீநிவாஸனை சந்திக்கறச்சே எல்லாம், ‘சீனு...! நான் உங்க ஆபீஸுக்கு வரேன்... வரேன்...! எங்க டிராமாவ எல்லாம் புஸ்தகமாப் போடணும்’ என்று சொல்லிக் கொண்டே இருப்பான். ஸ்ரீநிவாஸன் சாரும் ‘வாங்க சார்... வாங்க சார்...’ன்னு சொல்லிக் கொண்டே இருப்பார். சோ சாரும் மோகன் கிட்ட, ‘உன் புஸ்தகங்களை யெல்லாம் அல்லயன்ஸ் மூலமா கொண்டு வா. பாதுகாப்பா இருக்கும். நாளைக்கு வருங்கால சந்ததியினருக்கு மிகவும் usefulஆ இருக்கும்’ என்று ஒரு தடவை சொன்னார்.

இந்த முயற்சி ரொம்ப நாளா நடந்துண்டே இருந்தது. எல்லாத்துக்கும் மேல மோகன் தன்னுடைய ‘டைரி’யில எழுதி வெச்சிருந்தான். அதை நான் மோகன் இறந்து போனதுக்கப்புறம்தான் பார்த்தேன். ‘என்னுடைய எழுத்துக்கள் அனைத்தும், நாடகங்கள் மட்டுமல்ல, அனைத்து எழுத்துக்களும் அல்லயன்ஸ் கம்பெனி மூலம்தான் வெளிவரவேண்டும்’ என்று எழுதியிருந்தான். ஆனால், முன்னாடி நாங்கள் ஓரிரு புத்தகங்களை வேறு சில பதிப்பகங்களுக்குக் கொடுத்திருந்தோம். அதையெல்லாம் கூட, அவர்களிடம் அனுமதி பெற்று, அல்லயன்ஸ் கிட்ட கொடுத்திருக்கேன். என்ன காரணம்னா, என்னுடைய future generation பேரன்... கொள்ளு பேரன்.... இவங்களெல்லாம் மைலாப்பூர்லதான் naturalஆ வாழப் போறாங்க. இல்லை... வேற எங்கயாவது இருந்தாக்கூட, இந்தப் பக்கம் வந்தால், அவங்களுக்கு தாத்தாவோட contributions வேணும்னா அவர்கள்

அல்லயன்ஸுக்குப் போய் வாங்கிக் கொள்ளலாம். ஒரே இடத்துல எல்லாம் இருந்துதுன்னா சௌகரியமா இருக்கும். அதனாலதான் நான் உடனடியாக ஸ்ரீநிவாஸனிடம் தொடர்பு கொண்டு, வேலையைத் துவக்கினோம்.

ஸ்ரீநிவாஸனுடைய மகன் பிரஷாந்த்தான் என்னுடன் co-ordinate பண்ணினார். Excellent person. அதாவது கண்டிப்பா அல்லயன்ஸ் ஒரு 70...80... வருஷங்களுக்கு Solidஆ இருக்கப் போறதுங்கறதுக்கு உதாரணம் பிரஷாந்த். ஒவ்வொரு விஷயத்தையும் கேட்டுக் கேட்டு, அவ்வளவு நன்றாக வேலை செய்கிறான். இது எனக்கு மிகவும் சந்தோஷம். ஏன்னா.. வேலை ரொம்ப speedஆக நடக்கிறது. மோகனுடைய எழுத்துக்கள் அனைத்தும் புஸ்தக வடிவில், அல்லயன்ஸ் மூலம் வெளிவரும்.

சோ அவர்கள் சொன்ன 'ஜோக்' ஒண்ணுதான் ஞாபகத்துக்கு வருது. 'ஜெனரல்லா அல்லயன்ஸ்னாக்கா ஒரு எலக்ஷன் வரைக்கும் கூட தாங்காது. நூறு ஆண்டுகள் தாங்கின அல்லயன்ஸ் இந்தியாவிலேயே இது ஒண்ணுதான் இருக்கும்.' சோ சொன்னதையேதான் நானும் சொல்றேன். எங்கள் கிரேஸி மோகன், கிரேஸி கிரியேஷன்ஸ் கூட வந்த அல்லயன்ஸ் காலம் முழுவதும் நீடிக்கும் என்று உறுதியாக சொல்கிறேன்.

மாது பாலாஜி

Thank You...

I thank our sponsors - **Appaswamy Real Estates, iSolve, The India Cements Limited, Leap Sports and Chennai Super Kings** - for having sponsored our stage plays for the past 35 years.

- Maadhu Balaji

I also appreciate the help of Shri. S. L. Nanu, Smt. Uthra Srinivasan and Smt. Shiela Srinivasan in bringing out this book.

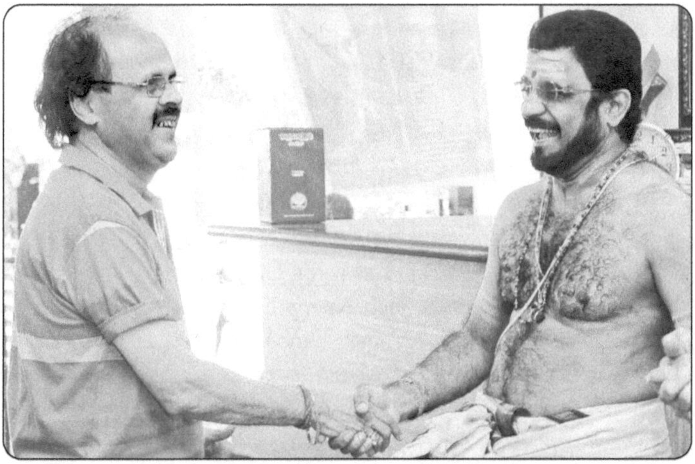

பாலாஜி கிட்ட பேசிட்டேன்

'சீனு! நான் கமலோட டிஸ்கஷன் டிஸ்கஷன்னு ரொம்ப பிஸியா இருக்கேன். ஆனால் பாலாஜி கிட்ட பேசிட்டேன். அவனை 'ஸ்க்ரிப்ட்' எல்லாம் எடுத்துண்டு வந்து உன்கிட்ட கொடுத்திட சொல்லியிருக்கேன்.' நான் எப்போதெல்லாம் மோகனைப் பார்க்கிறேனோ, அப்போதெல்லாம் அவரிடமிருந்து வரக் கூடிய பதில். மயிலாப்பூர் மாட வீதியில் உள்ள வெற்றிலை கடையாகட்டும், விழாவாகட்டும், நாங்கள் இருவரும் இருந்த விழா மேடையாகட்டும், திருமண நிகழ்ச்சியாகட்டும் எங்கு பார்த்தாலும் இதே பதில்தான்.

எனக்கும் மோகனுக்கும் 1992 முதலிலேயே தொடர்பு ஏற்பட்டது. அப்போது நாங்கள் 'சோ' அவர்களின் நாடகங்கள், கதைகள் எல்லாவற்றையும் புத்தகங்களாக வெளியிட ஆரம்பித்தோம். தமிழ் நாடக உலகில் பிரபலமாக இருந்த ஒய்.ஜி. மகேந்திரன், மௌலி, விசு, மெரீனா, எஸ்.வி.சேகர், கிரேஸி மோகன் போன்றவர்களின் நாடகங்களை எல்லாம் புத்தக வடிவில் கொண்டு வர எண்ணி, ஒவ்வொருவராக அவர்களது வீட்டிலேயே சென்று சந்தித்தேன். இவர்களில் சோ, மெரீனா ஆகியோரது நாடகங்களை வெளியிட்டோம். ஆனால், மற்றவர்கள் எல்லாம் அப்போதுதான் நாடகத்தில் வெற்றி பெற்று சினிமாவில் காலடி வைத்து மிகவும் பிஸியாக இருந்தார்கள். அந்த நேரத்தில்தான் எஸ்.வி. சேகரின் நாடகங்கள் எல்லாவற்றையும் ஒரே சமயத்தில், அன்றைய முதல்வர் ஜெயலலிதா வெளியிட்டார்.

சினிமாவில் நுழைந்த நாடக வெற்றியாளர்கள், அப்போது சென்னை தொலைக்காட்சியிலும் மிகவும் பிஸியாக இருந்தார்கள். இந்தச் சமயங்களிலும் மோகனை சந்திக்கும் போதெல்லாம், ‘சீனு! பாலாஜி கிட்ட சொல்லிட்டேன்’ என்ற பதில்தான். எவ்வளவு பிஸியாக இருந்தாலும் மோகன் நின்று பேசி விட்டுப் போவதோடு, எங்கள் வீட்டு மங்கல நிகழ்ச்சி, எங்கள் நிறுவன புதிய கட்டிட திறப்பு விழா, எங்கள் அலுவலகத்திற்கு ஸ்ரீ காஞ்சி பெரியவர் விஜயம் போன்ற நிகழ்ச்சிகளுக்குத் தவறாமல் வந்து விடுவார்.

ஒரு சமயம் சென்னை புத்தகக் காட்சியில் நான் செயலாளராக இருந்த போது, மோகனை சிறப்புப் பேச்சாளராக அழைத்திருந்தேன். அன்று நல்ல மழை. எல்லோரும் இந்த நிகழ்ச்சி ரத்து ஆகி விடும் என்று எண்ணினர். ஆனால், மோகனுடைய பேச்சைக் கேட்க வந்திருந்த கூட்டத்தைப் பார்த்ததும், குடையை பிடித்துக் கொண்டு, மோகன் மேடையேறி, ‘மழை பெரியதாக இருக்கிறது. மழையை விட நீங்கள் அதிகமாக இருக்கிறீர்கள். நீங்கள் பேசச் சொன்னால் நான் பேசுகிறேன்’ என்று ‘மைக்’ல் பேசியவுடன், கூட்டத்தினரும் குடையுடன் பேச்சை ஆர்வமுடன் கேட்கத் தொடங்கினர். இயற்கை மழையுடன், நகைச்சுவை மழையையும் சேர்த்து அறுசுவை அவியல் போல் மக்கள் ரசித்தனர். மறக்க முடியாத நிகழ்ச்சி இது. மோகனுக்கும் மிகவும் மகிழ்ச்சி.

அங்கேயும் புறப்படும் போது, ‘சீனு! பாலாஜிகிட்ட சொல்லிட்டேன்’ என்ற பதில்தான். நாட்கள், மாதங்கள், வருடங்கள் ஓடின. மோகனும் சிரித்து, சிரிக்க வைத்து இயற்கை எய்தி விட்டார். பிறகு பாலாஜியை, கபாலி கோயிலில் சந்திப்பேன். நீண்ட நேரம் பேசுவோம், பேசுவோம், பேசிக் கொண்டேயிருப்போம். இப்படியே ஒரு சில வருடங்கள் ஓடின. எல்லாவற்றிற்கும் நேரம் வர வேண்டுமே! இப்போதுதான் வந்தது. அதுவும் சாதாரணமாக இல்லை. பாலாஜி தங்களது நாடக ஸ்க்ரிப்டையெல்லாம் தேடும் போது, மோகன் எழுதிய டைரியை படித்து, உடனே எனக்கு போன் செய்து, ‘சீனு! மோகன் தன் டைரியிலேயே, ‘என்னுடைய புத்தகங்கள் எல்லாம் அல்லயன்ஸ் கம்பெனியில் தான் வர வேண்டும்’ என்று எழுதியிருக்கான் என்று தழுதழுத்துக் கூறினார். டைரி மூலமாக தனது நிலையை தெரிவித்த மோகனுக்கும், அதை என்னிடம் அன்புடன் தெரிவித்த பாலாஜிக்கும் எனது மனமார்ந்த நன்றி. கிரேஸி மோகன் பாலாஜியிடம் பேசி விட்டார்; பாலாஜியும் ஸ்க்ரிப்டையெல்லாம் தந்து விட்டார்; புத்தகங்களும் வந்து விட்டன. வாசகர்கள் எல்லாவற்றையும் வாங்கி ஆதரவு தெரிவிப்பார்கள் என நிச்சயம் நம்புகிறேன்.

அல்லயன்ஸ் ஸ்ரீநிவாஸன்

சிரிப்பு என்னும் ஸீரியஸ் விவகாரம்...!

சிரிப்பு என்னும் சீரியஸ் விவகாரம் ரூபிக் க்யூபை விடக் கஷ்டமான ஹைப்பர் க்யூப் போடுவதை விடக் கஷ்டமானது. ஒரு ஆளைச் சிரிக்க வைப்பது! எத்தனையோ எழுத்தாளர்களும், கதா, நாடகாசிரியர்களும் இதில் தோற்றுப்போய் நகத்தைக் கடித்துக் குதறியிருக்கிறார்கள். சிரிப்பு எதனால் ஏற்படுகிறது என்று ரிசர்ச் எல்லாம் பண்ணி வைத்திருக்கிறார்கள். ஒரு மானுடனுக்குச் சிரிக்க இரண்டோ மூன்றோ தசைநார்கள்தாம் தேவைப்படுகிறதாம். கோபப்பட்டு முறைக்கத்தான் நூற்றுக் கணக்கான நார்களாம். இந்தப் புள்ளி விவரம் கொடுத்துவிட்டு டாக்டர் மில்லர் என்கிற அறிஞர் சொன்னார் என்று பத்திரிகையில் போட்டு விட்டால், அதைக் கேட்காமல் நம்புவது நம் தேசிய பாரம்பரியம். என்னைக் கேட்டால் சிரிக்கத்தான் நூற்றுக் கணக்கான தசைநார்கள் தேவை என்று சொல்வேன். இதற்காக டாக்டர் புல்லர் என்கிற அறிஞரை சாட்சிக்கு கொண்டு வர தயார் நான்.

சிரிப்பது அத்தனை கஷ்ட காலமான பிஸினஸ். ரேஷன் க்யூ, பாமாயில் க்யூ போன்ற சீரியஸான விஷயங்களில் மூழ்கி ஜனங்கள் சிரிப்பதே இல்லை. பஸ் ஸ்டாண்டில் போய் நின்று பாருங்கள். யாராவது ஒழுங்காகச் சிரிக்கிறார்களா? அவரவர் தென்மேற்கும், வட கிழக்குமாகப் பார்த்து கொண்டு வாழ்க்கையின் உதாசீனங்களை யோசித்துக் கொண்டு இருக்கிறார்களே தவிர, ஒரு சிரிப்பு, ஒரு புன்னகை, தனக்குள் ஒரு களுக்? இப்படி யாராவது பண்ணுகிறார்களா பாருங்கள்.

இப்படித்தான் ஒருமுறை நான் பெங்களூர் பஸ் ஸ்டாண்டில் காத்திருந்தேன். பெங்களூரில் பஸ் வருவதற்குள் நம் பேரில் ஒட்டடை படிந்துவிடும். அவ்வப்போது யானை மாதிரி அசைந்து

கொண்டே இருக்க வேண்டும். அப்படி அசையும் போது பக்கத்தில் நின்று கொண்டிருந்தவர் சின்ன வயசில் தேரடித் தெருவில் நாங்கள் இருந்தபோது சாமராவ் ஸ்கூல் எதிரே இருந்த டாக்டர் நஞ்சுண்டராவின் கம்பவுண்டர் போல இருந்தார். நினைவுத் திரைகள் பின்னோக்கிச் சென்றன.

டாக்டர் ரொம்ப பிஸி. ரொம்பக் கூட்டமாக இருக்கும். ஒருமுறை இருமல் என்று மருந்து வாங்கப் போயிருந்தபோது கம்பவுண்டர் டாக்டர் பிரிஸ்கிரிப்ஷன் படி கலர் கலராக மருந்து கலக்கிக் கலக்கி பச்சை பாட்டில்களில் ஊற்றி பேஷண்ட் பெயர், வேலை எல்லாம் எழுதி பசை தடவி லேபிள் ஒட்டிக் கொடுத்துக் கொண்டிருந்தார். அப்போது ஒருவர் வேகமாக ஓடிவந்து ''நஞ்சுண்டராவ்! போச்சு போச்சு! தப்பாயிடுத்து,'' என்றார்.

''என்னய்யா?''

''வேற யாரோ லட்சுமி அம்மாள்னு பாட்டில்ல எழுதியிருக்கும் மருந்தைத் தப்பாக் கொடுத்துட்டாங்க. ஒரு வேளை சாப்பிட்டேன். நெஞ்செல்லாம் எரியறது'' என்றார். அதிகப் பதற்றத்தில் மாரைத் தேய்த்துக் கொண்டார். கம்பவுண்டர் பதற்றமே இல்லாமல் அவர் கொண்டு வந்த பாட்டிலை வாங்கி ஒரு முறை பார்த்தார். தன் பேனாவை எடுத்து, 'கிருஷ்ணசாமி, அவ்வளவுதானே' என்று பெயரைத் திருத்தி விட்டு பாட்டிலை திரும்பக் கொடுத்துவிட்டு, 'இப்ப எப்படி இருக்கு? நெஞ்சௌிச்சல்' என்றார்.

‘கொஞ்சம் தேவலை’ என்று அவர் திருப்தியுடன் விலக, இதைப் பற்றிப் பஸ் ஸ்டாண்டில் நினைத்துக் கொண்டிருந்தபோது சிரிப்பு வந்து களுக்கென்று சாண்டில்யன் கதாநாயகி சிரிப்பது போலச் சிரித்து விட்டேன். என்னை பக்கத்தில் இருக்கிறவர் ஒரு மாதிரி பார்த்து ஒதுங்கிக் கொண்டு அவர் அருகில் இருந்தவரிடம் தலைக்கு அருகில் ஆள்காட்டி விரலைக் காட்டி அரை சுழற்று சுழற்றிக் காட்டினார். சண்டை வந்துவிட்டது. பஸ் நிலையத்தில் ஒரு ஆசாமி சிரித்துக் கொள்ள முடியவில்லை பாருங்கள் இத்தேசத்தில்!

இதற்குக் காரணம் குழந்தை பருவத்திலிருந்தே இந்தச் சிரிக்கும் பழக்கம் சீரியஸாகக் கற்றுத் தரப்படுவதில்லை. சீரங்கத்தில் எனக்குத் தெரிந்த போட்டோக்கார நண்பன் குழந்தைகளைப் படம் பிடிப்பதில் கெட்டிக்காரன். அவன் ஸ்டுடியோவுக்கு ஒரு முறை போயிருந் தேன். ரூம் பூரா நீஞ்சும் குழந்தைகளைப் போட்டோ எடுத்து மாட்டி அத்தனையும் கன்னத்தில் திருஷ்டி பொட்டும் அம்மண குண்டி அரணாக் கயிறுமாக இருந்ததே தவிர, ஒரு சிசு சிரிக்கவில்லை. ‘இது ஏன்?’ என்று என் நண்பனிடம் வினவியபோது தன் சோகக் கதையைச் சொன்னான்.

‘‘அப்பா ஸ்டுடியோ இது. ஒரு காலத்தில் அப்பா குழந்தைகளை சிரிக்க வைப்பதில் விற்பன்னர் என்று மணச்சநல்லூர் வரை அவர் புகழ் பரவியிருந்தது. கிலுகிலுப்பை காட்டுவார். திடீர் என்று மேசையருகே பதுங்கியிருந்து எட்டிப் பார்ப்பார். பிலுபிலுபிலு என்று தலையைக் குடுகுடுப்பை மாதிரி ஆட்டுவார். இப்படி ஏதாவது பண்ணிக் குழந்தையை சிரிக்க வைப்பார். தட்டுறா என்பார். அப்போது நான் தயாராகக் காமெராவைத் தட்டுவேன். இவ்வாறு எங்கள் ஜீவனம் நடந்து கொண்டிருந்தது. ஒரு முறை முத்து ராமலிங்கம் வந்தார். முனிஸிபல் சேர்மன், அவர் பேரக் குழந்தையைக் கொண்டு வந்தார். ‘நம்ம செவத்தைய கொஞ்சம் நல்லாவே போட் டோ எடுங்கய்யரே!’ என்று மகவைக் கொடுத்துவிட்டுப் போய் விட்டார். எங்கள் கடை முனிஸிபாலிட்டியுடன் லிட்டிகேஷனில் இருந்தது. அதனால் அக் குழந்தையை சிரிக்க வைப்பது எங்கள் உயிர் வாழ்தலுக்கு அவசியமாகி விட்டது. அந்தக் குழந்தையோ சிரிப்பு என்கிறதே ரத்தத்தில் இல்லாமல் அப்பாவைப் பார்த்ததுமே அலற ஆரம்பித்தது. அவரும் என்னென்னமோ பண்ணிப் பார்த்தார். பாட்டியம்மா மாதிரி போர்த்திக் கொண்டு ‘ஞஞ்ஞே ஞஞ்ஞே’ என்று பண்ணுவார். அதற்குச் சிரிக்காத குழந்தை திருச்சினாப்பள்ளி ஜில்லாவிலேயே இல்லை. ஆனால் இந்தக் குழந்தை இன்னமும் அலறி மூக்கெல்லாம் தாரையாக ஒழுகி பவுடர், திருஷ்டிப் பொட்டு எல்லாம் கரைந்து போயிற்று. அப்பாவுக்கு இது ஒரு சாலஞ்சாக

சண்டைக்காரர்: இதை நான் சும்மா விட மாட்டேன். சுப்ரீம் கோர்ட் என்ன, அதுக்கு மேலே கூடப் போவேன்.

நண்பர்: அதுக்கு மேலேயெல்லாம் போனீங்கன்னா வழுக்கி விழுந்துடு வீங்க. டெல்லியிலே இப்போ நல்ல மழை.

போய் 'ழி' இந்தக் குழந்தையை மட்டும் சிரிக்க வைக்கலைன்னா எம் பேர் ராமானுஜம் இல்லை,''ன்னு ஒரு நாய்க் குட்டியைக் கொண்டு வந்து சின்னதாக வவ்வவ் பண்ணிக் கூடவே மொட்டைப் பாட்டி வேஷம் போட்டுக் கொண்டு எட்டிப் பார்த்ததில் ஒரு மாதிரி சிரிப்பு மாதிரி பண்ணியது. '' 'தட்டுறா' அவ்வளவு தான். முடியும்.'' என்று சொல்ல நான் காமெராவைத் தட்டினேன். அப்பா வேர்வையால் நனைந்த பனியனுடன் தலையைத் துடைத்துக் கொண்டு பிலிம் கழுவச் சென்றார்.''

''படம் நன்றாக வந்ததா?''

நண்பன் துக்கத்தை விழுங்கிக் கொண்டே சொன்னான். ''அதை ஏன் கேட்கிறாய்? அது தான் சோகம். அந்த அமர்க்களத்தில் பிலிம் போட மறந்துட்டேன்.''

''த்ஸொ! த்ஸொ!''

'' அதிலிருந்து குழந்தைகளைச் சிரிக்க வைப்பதையே அவர் நிறுத்திவிட்டார். 'கோவிந்தா, பேசாம வர குழந்தையெல்லாம் டேபிள்மேல படுக்க வச்சிட்டு படகு படகா நிம்மதியாய் எடுத்துண்டு போய்டு. எனக்குக் குழந்தையை சிரிக்க வெச்சு அல்ஸரே வந்துடுத்து. உனக்கும் வரவேண்டாம்'' நண்பன் தமிழ் சினிமா டாக்டர் போல கண்ணாடியை எடுத்து ஒரு முறை துடைத்துப் போட்டுக் கொண்டு சொன்னான்: ''அன்னியிலிருந்து இந்தப் பழக்கம் வழக்கொழிஞ்சு போச்சு எங்க பரம்பரையிலயே.''

சுஜாதா

'கிரேஸி' (Crazy) என்கிற வார்த்தைக்கு 'ப்ரீஸீ' (Breezy) என்கிற ஒரு அர்த்தத்தை ஏற்படுத்தியவர் மோஹன்.

தமிழ் நாடக உலகிலே ஹாஸ்ய எழுத்தாளர்கள் வரிசையில் கிரேஸி மோஹன் ஏற்படுத்திய சாதனை மிகப் பெரியது. அவரது சாதனைகளை முறியடிக்க வேறு யாரும் இருப்பதாக எனக்குத் தோன்றவில்லை.

கடந்த பத்து ஆண்டு காலமாக தமிழ் நாடக உலகத்திலே கொடிகட்டிப் பறக்கும் 'கிரேஸி'க்கும் அவரது குழுவினருக்கும் எனது நெஞ்சம் நிறைந்த பாராட்டுகளும் வாழ்த்துகளும்.

அவரது குழுவிலிருக்கும் அத்தனை அங்கத்தினர்களும் எனது அன்பிற்கும் பாராட்டுகளுக்கும் உரித்தானவர்கள் என்பது மட்டுமல்ல; அத்தனை பேரும் எனது அபிமானிகளும் கூட.

இவர்களது குழுவின் 10-வது ஆண்டு விழா நடக்கின்ற இத்தருணத்தில் அவர்கள் இதேபோல் வெற்றி மேல் வெற்றியைத் தொடர்ந்து பெற்று 25-வது ஆண்டு விழா கொண்டாட வேண்டும். அப்பொழுதும் அவர்களைப் பாராட்டி வாழ்த்துச் சொல்ல நான் இருக்க வேண்டும் என்று எல்லாம் வல்ல இறைவனை பிரார்த்திக்கிறேன்.

Best of luck to Crazy and his troupe.

டைரக்டர் கே. பாலசந்தர்

Healthy, Happy & Well Knit Group

These are days of disintegration. Nothing lasts for long, & from governments to family ties. But not Crazy Creations. It has completed ten years as a healthy, happy, well-knit group. How could they manage it? I got answer the moment I met Crazy Mohan. He is a man who does not think in terms of how much he is getting. He just gives, spontaneously gives; Love, work, anything. And it must be the same with every member of his group. That is the secret of their integrated growth.

I have read and seen a lot of serious plays dealing with life's problems. Probably, the object of such plays was to make people realize their follies and work for a better world. But practically, I found that with all that huge creative output, the world became no better, no wiser. I have come to realize that good laughter gives much more to humanity than all the sermons of do's and don'ts. It is good that Crazy Creations is enriching our lives with their efforts to keep every body gay and happy, which means healthy.

My best wishes to them.

Singeetham Srinivasa Rao
Director

'எங்கயோ போயிட்டீங்க......'

''இதெல்லாம் ஒரு நாடகமா.... நாடகம்னா ஒரு நல்ல கதை இருக்கணும். அழகான நடிப்பு இருக்கணும். கருத்துள்ள வசனம் இருக்கணும். ஏதோ 2 மணி நேரம் ஜனங்களை சிரிக்க வைக்கிறாங்க. முத்தமிழ்ல நாடகம்ங்கறது ஒரு பாகம்....''

இப்படி, ஒரு பெரிய நாடக நடிகர் விமர்சித்தார் ஒரு நாடக குழுவைப் பற்றி.... அதற்கு பதிலளிக்கையில், ''இதை நாங்கள் நாடகம் என்று சொல்லி கொள்ளவில்லை. இதற்கு என்ன பேர் வேண்டுமானாலும் வைத்துக் கொள்ளுங்கள். ஜனங்களை இரண்டு மணி நேரம் கவலையை மறந்து சிரிக்க வைக்கிறோம் அவ்வளவுதான்'' என்றார் அந்த குழுவின் நடிகர், எழுத்தாளர், இயக்குனர். அவர்தான் பல்கலை வேந்தன், 'சோ.' எப்படி அவர் 'சோ'வைப் பற்றி இப்படி சொல்லலாம்? வயிறு குலுங்க சிரிக்கும் பல்லாயிரக் கணக்கானவர்களும் முட்டாள்களா என கோபம் கொண்ட பல பேரில் அன்று நானும் ஒருவன்.

அப்போது நான் பென்சிலில் எழுதிக் கொண்டிருந்த சமயம் ''ஒரு மாற்றம் ஏற்படும்போது அதிகமாக விமர்சிக்கப்படுபவரே எல்லோராலும் கவரப்படுபவர்'' என்று ஒரு பெரியவர் எனக்கு சமாதானம் சொன்னார். நம்பவில்லை. பிறகு நானும் பேனா பிடித் தேன். எனக்கு எழுத வரும் என்று என் நண்பன் ராஜாமணி சொன்னான். இரண்டொரு வருடத்திற்கு பிறகு ஊரும் ஒப்புக் கொண்டது..... சில நூறு நாட்கள் நாடகங்களுக்கு பிறகு ஒரு விமர்ச னம் படித்தேன். என் சக எழுத்தாளர், தயாரிப்பாளர் ஒருவர் நாடகத் துறையின் வளர்ச்சி பற்றி கேட்கப்பட்ட கேள்விக்கு பதிலளிக்கையில், ''நாடகத்துறை நாசமாய்ப் போய் விட்டது. அதற்கு ஒரே காரணம்''

என்று என் முதல் நாடகத்தை குறிப்பிட்டிருந்தார்.... ''பச்சையா இப்படி சொல்லிட்டாரே! உடனே பதில் சொல்லணும்'' சீறினார்கள் என் நண்பர்கள்.... அவர் சொன்ன பச்சை வார்த்தைகளே எனக்கு பச்சைக்கொடியாகி விட்டது போல் உணர்ந்தேன். பொறுப்பாக எழுத உட்கார்ந்தேன்.

இந்தக் கட்டுரையின் ஆரம்பத்தில் குறிப்பிட்ட கருத்துக்கள் உங்களுக்கு (உங்களைப்பற்றி) வந்திருக்கும். அது நிஜமென்றால்,

நீங்க எங்கயோ போயிட்டீங்க... மோகன்

டைரக்டர் மௌலி

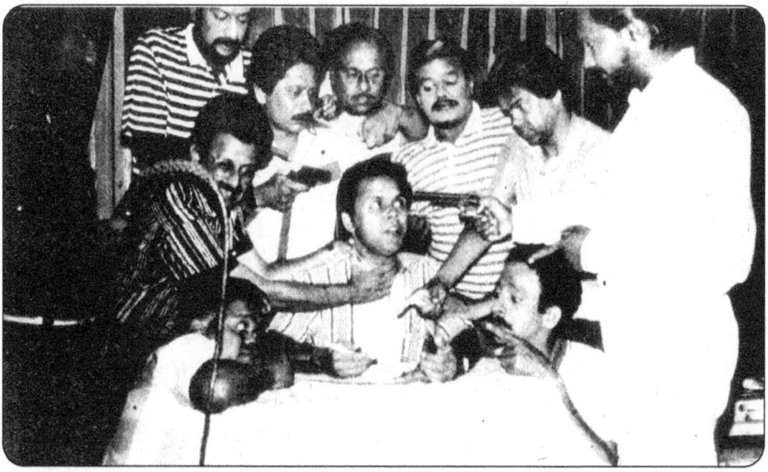

கிரேஸி(யை) படுத்தும் பாடு

பிறக்கப் போகும் நாடகக் குழந்தைக்குக் கருத்தரிப்பதற்கு முன்பே பெயரிடுவது கிரேஸி மோகனின் செண்டிமெண்ட். டைட்டில் கிடைத்தால் மோகனுக்கு மூட் பிறக்கும் என்ற சமயோசித ஐடியாவில், கிரேஸிக்குப் பிடித்த 'பிராஸம், எதுகை, மோனை, மாது, ஆங்கில டைட்டில்' போன்றவற்றால் பாதிக்கப்பட்டு 'மாது has a காது', 'மாது is a சூது', 'போதும் இந்த மாது', 'மாதுவின் horoscopeல் கேது' என்று கேனத்தனமாக பலவிதத் தலைப்புகள் கிரேஸியின் செவிகளில் குழுவினரால் சமர்ப்பிக்கப்படும். உபத்ரவம் தாங்காமல் உறக்கத்தில் இருந்து உந்தப்படும் மோகன் இந்த அற்ப அலறல்களை அடக்கும் பொருட்டு வேறு வழியின்றி தூக்கத்தில் எழுந்த சூட்டில் பளீர் என்று ஒரு டைட்டில் கூறுவான். இப்படித் தோன்றியவைதான் எங்களது சரித்திரப் பிரசித்த பெற்ற தலைப்புகளான 'மதில் மேல் மாது', 'மாது +2', 'அன்புள்ள மாதுவிற்கு' 'Beware of Madhu'. 'மாது மிரண்டால்' போன்றவை.

கற்பனை கோடௌனில் ஐடியாக்கள் ஸ்டோராக ஸ்டோராக கிரேஸி காகிதத்தில் முதல் வசனம் எழுதுவது தள்ளிப் போடப்பட்டுக் கொண்டிருக்கும்.

மோகனை எழுத வைக்க வெற்றிலைச் சீவல்களை மூட்டை யாக வாங்கிக் குவித்து, மன்னியிடம் சொல்லி காப்பியை அண்டாவில் கலந்து வைத்து, ஸ்கிரிப்ட் காப்பி

செய்யும் வத்ஸலைக் கட்டுப் பேப்பரு டன் ஏஸியில் ஆராதித்து, காலை வந்து பார்த்தால் வத்ஸல் வெறும் பேப்பர் கட்டை தலைக்கு வைத்துக் கொண்டு ஏஸி குளிரில் இழுத்துப் போர்த்துக் கொண்டு கும்பகர்ணனாகக் காட்சி அளிப்பான். Fresh ஆக அதிகாலை ஜாகிங் செய்துவிட்டு வரும் மோகனோ ''ஏண்டா அவசரப்படுத்திறீங்க. முழு ஸ்கிரிப்டும் மைண்ட்ல இருக்கு. புள்ளையார் சுழி போட்டாச்சு. படபடன்னு மூணே நாள்ல முடிச்சு கொடுத்துடுவேன். ஒழுங்கா ரிகர்சல் பண்ணுவீங்களா மாட்டீங்களா'' என்று எதிர்க் கணையோட முதல் எழுத்து உதயமான திருப்தியில் ரிகர்சல் தொடங்குவோம்.

முதல் நாள் ரிகர்சலில் முன்னூறு பக்கங்கள் மனப்பாடம் செய்ய மார் தட்டிய சகாக்கள் பெருத்த சங்கடத்துக்கு உள்ளாக எடிட்டிங் படலம் குழு ஆபீஸில் இரவே உருவாகும். ஒவ்வொரு வரியிலும் ஒரு நகைச்சுவை, ஒரு சுவாரஸ்யமான கருத்து என்று வந்து கொண்டே இருக்க... ஒரு முழு நாடக நீளம் உள்ள முதல் காட்சியைக் குறைக்க எந்த வித எடிட்டிங் இலக்கணங்களும் எடுபடாது. ஒரே வழி. முன்னூறு பக்கங்களையும் காற்றில் பறக்கவிட்டு கீழே விழும் முதல் முப்பது பக்கங்களைக் கெட்டியாக பிடித்துக் கொண்டு, எஞ்சியவற்றை பரண் மேல் ஏற்றுவோம்.

அலுவலகங்களில் லீவ் எடுத்துக் கொண்டு ரிகர்சல் களமே குழுவினருக்கு வீடு, மனைவி, மக்கள் ஆகும்.

இந்த வேகம் மோகனின் கம்ப்யூட்டர் மூளைக்குச் செய்தி அறிவித்து அவனது எழுத்து புயலாகும். ரிகர்சல் ஹாலுக்கும் மோகன் வீட்டிற்கும் ஸ்கிரிப்ட் பக்கங்களை ஏந்திக் கொண்டு ஸ்கூட்டர்கள் சோழவரமாகும்.

தற்சமயம் பல படங்களில் பணியாற்றி வரும் கிரேஸி மோகன் Point to Point சுருக்கமாக எழுதப் பழகிவிட்டான்.

டைரக்டர் காந்தன்

THE GROWTH OF DRAMA STAGE

The drama in Indian Tradition is an integrated art of music, action, dance and dialogue. It is a highly developed literary art, the growth of which can be traced to the vedic period. Play acting began as a prayer, Our ancestors used to sing in chorus in praise of Gods for rain and a good harvest, the old drama was thus rooted in rituals, not in the entertainment. In its later development, the play universally depicted the victory of life over death.

In all folk-plays religious observances remained the driving force. An ethics was more pronounced even in comic plays. The action has forever been presenting what the people wanted to see, the triumph of good over evil. As however, there can be no showmanship without music, lights etc. visual pleasure of the spectators has always been the main consideration of circular village theatres.

The growth of the drama has been subject to different foreign influences, viz; Greek, Roman and Persian. The immortal dramas of our great scholars like Bhasa, Kalidass, Sudraka and Bhavabhoothi have been accepted by all as the great literary heritage and Kalidasa's Shakunthalam has attained a permanent place in world's literature. Drama came to take deeper root in Tamil Nadu after Gupta period. This was half literary and came to be called Nataka Kappiam.

The 'Silappadhikaram' contains information regarding the measurement of the stage, scenic arrangements and dramatic techniques. The great work reveals that the Tamil theatres (arangam, as they are called) were in existence even prior to the date of the classic. Theatres are known to have been built in the temples or the palaces and at the Public places in the cities.

During the Chola period, drama flourished mainly from royal grants. The dramas 'Raja Raja Cholan' and 'Kulothunga Cholan' were staged dring the period. The stage suffered a long eclipse under the Moghul period. With the advent of the Europeans and late in the19th century, drama developed on new lines.

Even though the stage has developed to great extent, no precies information is available whether women participated in dramas. Only men appeared to have donned feminine roles. But there is one school of thought which confirms that in all the dramas in ancent India, the art inclued women. This view is supported by sculpture found in some temples and caves. In Sanskrit dramas also men used to assume women's roles. When subsequently temple dancers organised their own professional dramatic troupes, the stage became the forum for voluptuous and low-type of amusements. This created a feeling of repulsion in the minds of the people and drama came to be shunned by the higher strata of society.

Subsequently music came to be the best form of entertainment Many Rajas and Zamindars patronised this art. Children were also allowed to enjoy music concert as it would not deviate their mental structure by other acidious thoughts, Later dance came into force and this formed the best form of entertainment and greater attraction from the people. People negiected the stage and witnessing the drama was consideaed to be an act of disgrace and sin. The stage would have been made to irrevocable losses to us but for the strenuous efforts made by some well meaning patrons of the art. Then came the professional troupe into existence who have attracted the audience. They staged dramas running to 6 to 7 hours with musical entertainment along with good theme. At that time S.G. Kitappa and K.B. Sundarambal dominated the stage. Later there was a renaissance in the stage and personalities like Sankar Das Swamigal who came out with plays attracted audience and Mythological dramas with trick shots, and electrical efforts were made by C. Kanniya Company and Nawab Raja Manickam. Even then the interest was vefy little and negiected. Then T.K.S. Brothers and others came into prominence by bridging dramas with effect in dialogues depicting our culture.

The dramatic talent in this part of Tamilnadu is of very high order and the period commencing from 1960 to 1980 may be described as the beginning of new era for the drama. This period may be called a renaissance for the drama and troups like Ragini Recreations headed by Sri. K. Balachander and VFAC by Cho came ot with their best dramas. In the earlier period the dramas could not complete with music and dance as they were at that time the best form of entertainment and greater attraction for the people. Subseuently the interest of audience have been diverted to drama. Drama by its story value powerful dialogues combined with comedy and acting is able to claim the patronage of all and it has truly become the Peoples Recreations and past time.

The Drama, In the south has a great future, But unfortunately the position has been changed. There are not best writters and the value of Drama was changed. Some felt that the Television in Madras has an impact on the audiences and they prefer to stay at home and witness the programme in the close room without wasting their time in going out to witness the drama. There are others who feel that the quality of dramas have deteriorated to a great extent and it is not worth while to waster ones time to witness these dramas. Then what is the solution?

The sabhas which are greater in number could not function affectively for want of audience and encouragements from then. The actors have become commercial minded and prefer to play in Television and Cinimas than in staging the dramas at the sabhas. They have forgotten that the stage is the parents place and the sabhas are responsible to bring them to forefront.

The actors should come forward to stage better plays by introducing good writters and make effect to receive back the stage as otherwise the drama stage will loss its importance and get doomed. I am sure tha the cycle will change and optimistic of better plays to come.

Inspite of this position Crazy Mohan and his troupe of youngsters are able to complete ten years of dedicated service to the drama stage, almost engaged on all the days. The present day audience prefer comedy and humour and Crazy Mohan is able to discharged well to the satisfaction to present day audience.

My best wishes to crazy mohan and his troupe and may their tribe increase.

Kartik Rajagopal

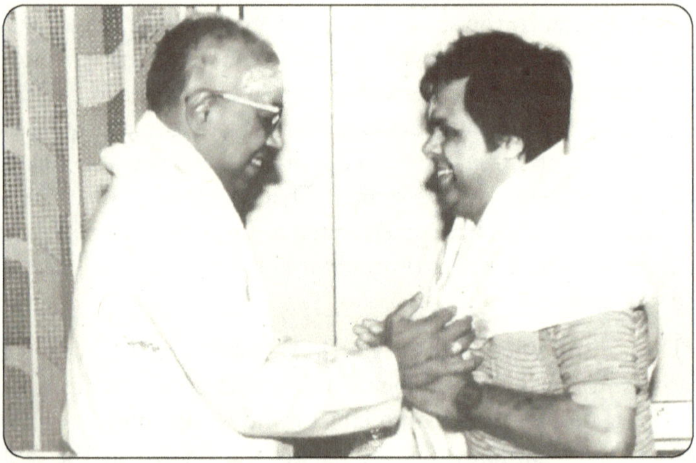

மனம் குளிர்ந்து, வாய்விட்டு, வயிறு குலுங்கச் சிரிக்க வைத்து அவரவர் கவலைகளை மறக்கச் செய்யும் சீரிய தொண்டைக் கடந்த 10 ஆண்டுகளாகத் திறம்படச் செய்துவரும் ஸ்ரீ கிரேஸி மோகன் அவர்களும், கிரேஸி கிரியேஷன்ஸ் குழுவினரும் நம் எல்லோருடைய வாழ்த்துக்குரியவராவார்கள். யார் மனமும் புண்படாமல் சிறு குடும்பங்களில் அவ்வப்பொழுது ஏற்படும் பிரச்சனைகளையும் குழப்பங்களையும் ஆதாரமாகக் கொண்டு இயற்றப்படும் இந்த நாடக அமைப்புகள், இயற்கையான பேசும் நடையில் அமைந்திருப்பதே இதன் வெற்றிக்கு ஒரு காரணம் என்பேன். எனது மனம் நிறைந்த வாழ்த்துகள்.

ஹரிகதா ரத்னாகர்

டி. எஸ். பாலகிருஷ்ண சாஸ்த்ரிகள்

சிரிப்பே உன்னை ஆராதிக்கிறேன்

மனிதனுக்கும் மற்ற உயிரினங்களுக்கும் உள்ள ஒரே வித்யாசம் சிரிப்புதான் என்பதென்னவோ நிஜம்தான். அதற்காக, ஆனாலும் அநியாயத்துக்கு வெறுமனே 'சிரிப்பு' என்ற தலைப்பைக் கொடுத்து என்னைக் கட்டுரை எழுதச் சொன்ன கிரேஸி கொடுமைக்காரர் அட, ஒரு கே.ஆர்.விஜயாவின் சிரிப்பு, ஸ்ரீதேவியின் சிரிப்பு என்கிற மாதிரி ஸ்பெஷல் தலைப்புகள் கொடுத்திருக்கக் கூடாதோ?

சரி விடுங்கள் 'சிரிப்பு'க்கு வருவோம் சிரிப்பு என்றவுடனேயே உங்களுக்கெல்லாம் என்ன நினைவுக்கு வருமோ, யார் வருவார்களோ யாமறியோம். ஆனால், என்னைப் பொறுத்தவரை முதலில் நினைவுக்கு வருவது என் மனைவியின் சிரிப்புதான் உலகத்திலேயே அற்புதமான அழகான சிரிப்புக்கு முழு உரிமையாளர் அவள் தான்.

இதை எழுதிக்கொண்டே இருக்கும்போது முதுகு வழியாய் எட்டிப் பார்த்து அவள் ''என்னங்க என் சிரிப்பு என்ன மோனாலிஸா மாதிரியா இருக்கு. இதைப்போய் ஏகமாய்ப் புகழறீங்களே!'' என்று எக்கச்சக்க எதிர்பார்ப்புடன் நாணம் மாதிரி எதையோ முகத்தில் காட்டியவாறு கேட்டாள்.

''சே சே... உன்சிரிப்பு மோனாலிஸாவின் கால் தூசுக்கு வருமா! உன்னுதெல்லாம் மாசிக்கிர்த்திகை அதிர்வேட்டு ரகம்'' என்று ஒப்பனாய்ச் சொல்ல முடியுமா? அல்லது முதல்பாராவிலேயே கே.ஆர்.விஜயா, ஸ்ரீதேவி என்றெல்லாம் தைரியமாய் எழுதி விட்டதற்கு இது ஒரு காம்பன்சேஷன் என்றுதான் ஒப்புக்கொள்ள முடியுமா? எதுவும் சொல்லாமல் என் மனைவிக்காக மட்டுமே நான் ஸ்பெஷலாய் ஸ்டாக் வைத்திருக்கும் அசட்டுச் சிரிப்பு ஒன்றை அவிழ்த்து விட்டேன். வேறுரகச் சிரிப்பு எதுவும் கை வசம் இல்லை என்பது ராணுவ ரகசியம்!

அடுத்தபடி

உலகத்திலேயே இரண்டாவதாக என்னைக் கவர்ந்த சிரிப்பின் சொந்தக்காரர் கிரேஸி மோகன்தான் இதை எந்த நாடகமேடையில் வேண்டுமானாலும் சொல்லிச் சத்தியம் பண்ணத்தயார் (ஹிஹி... நாடக மேடையில்தான் தைரியமாய்ப் பொய்ச் சத்தியம் செய்யலாம் அது டிராமா என்று நீங்கள் கண்டுபிடித்தால் அதற்கு நானா பொறுப்பு?)

அட! கிரேஸியின் சிரிப்பில் அப்படி என்ன இறைவனைக் கண்டுவிட்டாய் என்று கேட்கிறீர்கள், நமுட்டுச் சிரிப்புடன் எல்லாம் நேரம்தான்.

சிரிப்புக்கு இலக்கணம் வகுத்தவர் என்று தொல்காப்பியர் பட்டத்தை மோகனுக்கு கொடுத்து விட்டால், சிரிப்பு என்பதற்கு, 'இது தாண்டா சிரிப்பு' என்று புதுப்புது அர்த்தங்களைத் தரும் அகராதிதான் கிரேஸிமோகன் என்று நான் சொல்ல ஆரம்பித்து விடுவேன். அவ்வளவுதான் அகராதி, இலக்கணம், என்று என்ன என்னமோ புதுவார்த்தைகளைப் போடறீங்களே, இதெல்லாம் நான் கேள்விப்படாத சமாச்சாரங்கள் ஆயிற்றே என்று கிரேஸி அப்பாவித் தனமாய் கேட்டாலும் கேட்பார்; 'என்னடா மாது? கட்டுரை கேட்டு இப்படி வாங்கிக் கட்டிக்கணுமா? என்று தம்பி பாலாஜியைத் துணைக்கு அழைத்தாலும் அழைப்பார்.... இந்தத் தம்பியுடையவர் தடைக்கு அஞ்சமாட்டார்!'

சிரிப்புக்கு ஒரு மகுடம் என்று குடம் குடமாய் 'கோன் ஐஸ்' வைத்தாலும் சரி, 'பேஷ் பேஷ்.... கிரேஸின்னா இதுதான் கிரேஸி என்று உசிலைமணித்தனமாய் சொன்னாலும் சரி பத்மபூஷன் பத்மஸ்ரீ... பத்மபிரியா... மன்னிக்கவும் இப்படியொரு பட்டம் மத்தவங்க தராவிட்டாலும், 'கிரேஸி' என்ற பட்டத்தை பெயருக்கு முன்னால் ஒட்டவைத்துக்கொண்டிருக்கும் தைரியத்தைப் பாராட்ட வேண்டும், போகிற போக்கைப்பார்த்தால், 'மோகன்' என்ற மூன்றெழுத்தை, கிரேஸி என்ற மூன்றெழுத்துச் சாப்பிட்டு விடும் போல இருக்கிறது. 'மூன்றெழுத்து' என்று நான் அரசியலைக் கொண்டுவரவில்லை. இது தேர்தல் நேர மேடை.... அல்ல. இரண்டு ஐந்தாண்டுகள் இனிதே முடித்த கிரேஸி கிரியேஷன்ஸின் முத்தான விழா!'

முதலாவதாக விழாவைப் பாராட்டி விட்டேன்.

இரண்டாவதாக கட்டிய பெண்டாட்டியே மன்னிக்கவும் இரண்டாவதாக, (இந்த 'கமா' இல்லாமல் என்னவோ அர்த்தமாகி விட்டதே 'கமா' கண்டெடுத்தவருக்கு முழு நன்றி.) கட்டிய பெண்டாட்டியே டைவர்ஸ் கிய்வர்ஸ் என்று முக்காமல் முனகாமல்

பத்து வருடம் இல்லற வண்டியை இழுத்து வந்துவிட்டால் விழா எடுக்க வேண்டிய இந்த யுகத்தில் (ம்... சம்சாரம் என்றால் ஒருநாள்கூட யுகம் மாதிரிதான் தெரிகிறது) சுமார் 25 பேர் கொண்ட கிரேஸியின் கிஷ்கிந்தா பட்டாளத்தில் எந்தவிதமான விவாகரத்தும் சே-விவகாரமும் தலையை... ஏன் மூக்கைக் கூட நீட்டவில்லை என்று அறியும்போது ஒவ்வொரு நடிகருக்கும் தனித்தனியாய் வைரக்கிரீடம் வைக்க வேண்டும். இல்லாவிட்டால் ஒரே கிரீடத்தையே எல்லா நடிக நடிகையர் தலையில் வைத்து 'சடாரி' வைப்பது போல செய்துவிடுவார் கிரேஸி! தன் குழுவிற்குக் கிரீடம் வைக்கும் செலவை, மோகன் வேறு எந்த பிரமுகருக்கும் விட்டுக் கொடுக்கமாட்டார்! அப்பொழுதுதான் அவரை மட்டும் குழுவினர் தலையில் வைத்துக் கொண்டாடுவார்கள் என்று அவருக்குத் தெரியாதா என்ன!

சிரிக்கச் சிரிக்கப் பேசி கேட்பவர்கள் 'உம்' என்று உட்கார்ந் திருந்தாலும் தன் கண்களில் நீர் வரவழைத்துக் கொண்டு அது ஆனந்தக் கண்ணீர்தான் என்று பொய் சமாதானம் சொல்லிவிடுகிற பலரைப் பார்த்து வருகிற இந்த காலகட்டத்தில், (இந்த வார்த்தை இல்லாவிட்டால் இலக்கிய நயம் மைனஸ் ஆயிடுமே! சீரியஸாக, மாசக் கடைசியிலும் பணம் தண்டம் அழுது டிக்கட் வாங்கி நாடகம் பார்த்த வருகிறவர்களை அழ வைத்தே தீருவது என்று சோக கங்கணம் கட்டிக் கொண்டு மைக் முன்னால் நிற்பவர் ஏராளம்!

அழ வைப்பது என்பது ரொம்ப ஈஸி. கிளிசரின் கூட இருந்தும் அழவைக்கும் முயற்சியில் ஈடுபட்ட சிலரைப் பார்க்குபோதே சிரிப்பு வருவது வேறு கதை.

ஆனால் முயற்சியுடையார் சிரிப்பு அடைவார் என்பதுதான் மோகனின் புதுமொழி.

சில பேருடைய நகைச்சுவை உணர்ச்சியே வேறு ரகம். மெய், வாய், கண், மூக்கு, செவி என்று புலன் விசாரணையில் இறங்காமல், கழுத்துக்கு நெக்லெஸ் (பின்னே காலிலா போட்டுக் கொள்வார்கள்) கைக்கு வளையல், இரட்டைவடம் சங்கிலி அதுவே கோதுமை சங்கிலி, காபிக் கொட்டை சங்கிலி என்று மளிகைக் கடையையே இழுக்கும் சாமர்த்தியம் இப்படி ஏகப்பட்ட நகைகளின் சுவைகளை உணர்ந்தவள் என் புன்னகை அரசி. (மனைவி!) அந்த கொடியிடையாளின் நகைச்சுவை உணர்ச்சி ஒட்டியாணம்வரை போய்விடக் கூடாது! பிறகு இரு கைகளிலும் அந்தக்கால 'வங்கி'களை வாங்கித் தா என்பாள். நான் உலக வங்கியில்தான் கடன் வாங்க வேண்டும்.

வாய்விட்டுச் சிரித்தால் நோய்விட்டுப்போகும் என்பார்கள். சில பாறாங்கல் முகங்களைப் பார்க்கும்போது ‘சிரிப்பு எப்படி’ என்று ‘எப்படி’ வரிசை நூல் வெளியிடும் குண்டலகேசி பதிப்பகத்துக்கு யோசனை எழுதி அனுப்ப வேண்டும்போல இருக்கிறது.

யாருக்காவது எதற்காவது காத்திருப்பவர்களுக்கு நகைச்சுவை உணர்வு அதிகமாம் எப்படி?

பத்துவிரல்களின் நகங்களைக் கடித்துச் சுவைக்கிறார்களே! இதுதான் கடிநோக்கா?

பாமா கோபாலன்

The State of Theatre In Tamil Nadu

Hardly seventy years ago, the theatre in Tamil Nadu was looked upon with a jaundiced eye, by the so-called respectable society. Professional theatre flourished, especially in the art centers of Tamil Nadu, like Trichy, Tanjore, Kumbakonam, Madurai, Salem, Vellore and Madras. There was close-knit disciplined troupes... known as boys' Companies, with hundreds of boys trained under martial strictness by doyens of the professional stage, like Nawab Rajamanikkam, Kanniah Vairam Arunachalam Chettiar Jagannatha Iyer.

There were also ad-hoc groups that veered around seasoned actors who could sing well like S.G. Kittappa, K.B. Sundarambai, S.V. Subbiah Bhagavathar; K.S. Chellappa and his brother K.S. Anantha Narayana Iyer, P. S. Velu Nair, Rathna Bai, Saraswathi Bai and others. Their speciality was musicals, with a skeleton of a story from classical mythology and folk-lore.

Both these types of theatre were costume plays, from great epics like Ramayana, Mahabharatham and Dasavatharam and historical folk-lore themes like Desingu Raja, Kandi Raja, Sarangadhara etc., Music predominated these plays, with grandeur in scenery and costumes, while didactic melodrama was the accepted norm of acting.

It was Madurai Original Boys Company that began to stage social themes like Sathi Leelavathi. The idea caught on and more and more professional troupes took to social themes, dealing with burning problems of the days, like the evils of drinking alcohol, the dowry system, devadasi system and so on.

The second phase of the professional theatre rose to great height of fame and glory in Tamil Nadu, under the able leadership of T.K.S. and his contemporaries like S.V.S. who had all undergone rigorous Gurukulavasam, right from childhood in Boys' Companies like Kanniah Co., and the Original Boys' Co., and Nawab Raja manikkam from the earlier stage.

T.K.S. Brothers produced memorable plays like 'Manithan', which had rebel themes, against traditional thought and customs. Though songs did play some part in these plays, more emphasis was given to natural, realistic acting, better stage techniques and lighting. The Wall Tax Theatre and the Esplanade Theatre were brimming with an over-flow of theatre lovers, in spite of the films taking up more of public attention and atraction. It was only during this period that professional woman actors came on to the stage in larger number, since the old custom of boys (with piping feminine voices and pretty attractive faces and effeminate figures) acting feminine rolls was going out of fashion. Famous films stars like Shivaji Ganesan M.G.R., M.N.Nambiar, had all acted in feminine roles in such boys' companies;

While T.K.S. Brothers, S.V.S. and others had high ideals, noble virtues and excellent morals in their plays, there began another trend with N.S. Kirshnan, who began to expose foibles of society and ridicule religious rituals etc., introducing political and rationalistic ideas in their themes. M.R. Radha began to stage redically opposite irreligious themes, attacking certain social prejudices and communal feelings, Manohar with a flair for novelty and originality began to stage puranic and historical dramas with a different approach and interpretation.

Of course, by the time, T.K.S. began his troupe, the Sabha system look concrete shape and if any of these institutions that sponsorred plays cropped up like mushrooms all over the cities and towns. Unlike the earlier professional theatres which had to depend on gate collections (and fabulous gates they did have too!) for their survival these Sabhas not only had a ready-made audience, but paid those professional troupes handsomely for staging their plays even for a week' at a stretch. Instead of people from all parts of the city converging at Wall-Tax Theatre and Esplanade Theatre, to see professional plays that used to run continuously for 100 to 200 days in the year, the plays were taken to different parts of the city, and staged before ready-made audiences to fullhouse.

It was about this time, the theatre and theatre actors began is gain respectability, fame and name, thanks to the late classic author 'Kalki' Krishnamurthi. Till then they had been condemned as 'Koothadis', and looked down upon by society! But when members of high society like

Judge Pammal Sambanda Mudaliar, V.C. Gopalrathnam and others took to the stage and staged plays through the Suguna Vilas Sabha, amateur theatre, (as it was known then) non-professional theatre was born.

More and more lawyers, members of the Govt. Secretariat, Doctors and Professors, came forward to act, and being the cream of the intelligentsia, the quality of the theatre improved with intelligent writers coming to the forefront to write brilliant plays. There has been an accusation in recent times that the quality of theatre in Tamil Nadu has deteriorated due to complacency, created by the ready-made audiences namely the member of the Sabhas. Since the staging of any play, even if it were mediocre, was assured of full run in all the Sabhas. The challenge and dedicated work has been missing in the theatre according to members of the professional theatre and cynical drama critics. But I do not agree with this, since non-professional theatre to which I belong does not depend up in staging plays for bread and butter. They are able to attempt bold off&beat themes with generous sprinkling of humor so as to serve not only as entertainment but also thought provoking, subtle philosophy. Of course the quality of plays today has been affected to some extent because the playwright writes with an eye on films, with ultimate aim to capture the immediate attention of a producer who will pay hip well and incidentally bring him fame Many of the stage artistes also have stardom as their ultimate goal. The stage playwright today wants to be treated like a god with a room booked for him in a posh-hotel to be able to concentrate and write the play Fortunately there are still very many dedicated non&professional theatre, groups in the true-sense of the word who have kept up the high quality of production. Today the audience are also extremely intelligent and demanding and are not prepared to tolerate mediocre or bad plays. Experimental plays have been produced by the Madras Nata Sangh which has been training students for the theatre Unfortunately these plays have stopped at experimental level, and very few of the students have been able to make their mark in the theatre. Choas a play wright and drama list began to present sophisticated political satire which exposed the shallow superficial and unscrupulous specimens of society and politics. But by and large these plays have left one dissatisfied since no solutions to the problems were presented. One does not want to see merely the thermometer that diagnose symptoms of the disease, but would prefer a doctor who can cure it. So far very few playwrights or theatre groups have had progressively educations, themes that cold reform society. No doubt the non-professionals theatre can lead the professional theatre with new ideas and new experiments. But there is constant danger of these groups disintegrating into mushroom, groups, and thus fritter away their energies. Today well established professional theatre groups are practically negligible expecting Manohar's National Theatres. Our audiences also have to acqure a certain level of cultural attainment to appreciate such plays. In Madrass city alone there are about two dozen leading non&professional theatre groups. The strength of the non&professional theatre movements lies in its originality that they are able to exhibit modern techniques in lighting, stage craft, use of levels, visuals and suggestive and symbolic settings which would extremely enhance the Tamil Nadu stage as one of the leading theatre movements in the country.

I am very optimistic about the future of Tamil Nadu theatre. The Tamil Nadu Eyal Isai Nataka Sangam under able leadership has begun to encourgae theatre in solid way by conferring awards to artiste, and playwritghts and also financing traditional theatre. The folk theatre of Tamil Nadu unfortunately which has been at its lowest ebb has also been revived by them,. It is high time that we do some rethinking in Tamil Nadu to try and make our plays realistic, reflecting the basic culture of our stage. Our dance-dramas have achieved this aim to some extent. Burning problems of today, social and otherwise must be dealt with in a constructive way through the medium of theatre and only then we can hope for a living theatre with dynamic ideas vibrant and gripping, since the theatre is essentially an instrument to aid human beings to mature by looking at themselves as in a mirror, so that they find alround fulfillment.

Theatre is becoming more and more the medium both for disseminating ideas and bringing understanding between different traditions, basic attitudes and behavior patterns. A well written play finely acted may do more good than fifty lectures by well meaning leaders. It shows us people, their hopes and fears, doubts and dreams.

In conclusion I would like to mention that the theatre movement in Tamill Nadu has taken giant strides both in technical and production valves and thematic contents, compared to what was prevalent sixty years ago, when production and technique were crude and acting was didactic, melodramatic and artificial. I fell I am competent to make such a categorical statement since I have been in this fascinating world of theatre for over five decades and also by virtue of the fact that I started witnessing dramas even at a tender age. I hope I will be able to see the growth of the new era in theatre movement in Tamil Nadu that with bring national recognition and acclaim.

Y. G. Parthasarathy

சிரித்துக் கொண்டே இருப்போம்

சின்ன வயசில் பள்ளிக்கூடத்தில் படிக்கிறபோது ஒரு நாள், எங்கள் சம்ஸ்க்ருத ஆசிரியர் ஒரு அசந்தர்ப்பமான சூழ்நிலையில் மிகவும் கோபமாக ''என் க்ளாஸ்ல யா....ரும் சிரிக்கக் கூடாது என்றார் உரக்க குபீரென்று வகுப்பறை முழுதும் எழுந்த ஒரு அசுரத்தனமான சிரிப்பு அலை அலையாக வந்து கொண்டிருக்க, தன்னுடைய உத்திரவின் அபத்தத்தை சின்னப்பையன்கள் கூட உணர்ந்து விட்டதை புரிந்துகொண்ட ஆசிரியரும் சிரித்துவிட்டு, பிறகு உத்திரவில் ஒரு சிறு திருத்தம் செய்தார். ''அதாவது யாரும் க்ளாஸில் அனாவசியமாக சிரித்துக் கொண்டிருக்கக்கூடாது என்று சொன்னேன்'' என்றார். மெதுவாக மனதில் ஒன்றை நினைத்துக் கொண்டு, சொல்லும்போது அதை வேறுவிதமாக சொல்லிவிட்டால் அதுவே நகைப்புக்குரிய விஷயமாகி விடுகிறது.

''சிரிக்கிறவர்கள் அனைவரும் மரணதண்டனைக்குள்ளாவார்கள்' இப்படி ஒரு அரசாங்கம் உத்திரவிட்டால், முதலில் அந்த உத்திரவை படித்து உரக்கச் சிரித்துவிட்டு பிறகுதான் மரண தண்டனைக்குள்ளா வோம். ஏன் அந்த உத்திரவில் முதலில் கையெழுத்திடும் ஜனாதிபதியே, முதலில் சிரித்து விட்டுத்தான் பிறகு கையெழுத்து போடுவார். யாராவது ஒருவர் நம்மிடம் ''நான் சீரியஸாதான் கேக்கறேன்...'' என்று ஆரம்பிக்கிறபோதே சிலசமயம் நமக்கு சிரிப்பு அதிகமாக வருகிறது. சினிமாவில் வில்லன் சிரிக்கிற மாதிரி அகங்காரச் சிரிப்பை இரண்டு தடவை நீங்கள் செய்து பாருங்கள் உங்களுக்கே சிரிப்பு வரும். சுற்றி இருக்கிறவர்கள் உங்களை ஒரு தினுசாகப் பார்த்துவிட்டு பிறகு அவர்களும் சிரித்துவிட்டுப் போவார்கள். நான் இந்த மாதிரி அனுபவத்துக்கு பலமுறை ஆட்பட்டிருக்கிறேன். என்னுடைய நாடகங்களில் ஆயிரக்கணக்கான ரசிகர்கள் விழுந்து விழுந்து சிரித்த பல காட்சிகள், நான் மைலாப்பூர் லஸ் முனையில் நின்று கொண்டிருக்கும்போதோ, அல்லது மந்தைவெளி ஜங்ஷனில், இப்படி ஜனசந்தடியும் வாகனாதிகளும் செய்யும் பேரிரைச்சலின் நடுவில், குழப்பமாக இருக்கும் எந்த புறச்சம்பவங்களும் மனதுக்குள் குறிப்பாக புகமுடியாத நிலையில், மனம் தனிமைபெற்று அந்த கணங்களில் என் மனக்கண்முன் விரிந்த காட்சிகள் அவை.

அப்போது சிலசமயங்களில் அக்காட்சிகளில் லயித்து திடீரென்று வாய்விட்டு சிரித்ததுண்டு. சுற்றி இருக்கிறவர்களும் போகிறவர்களும்

என்னை ஒரு தினுசாக பார்த்து, பிறகு சிரித்துவிட்டு போனதும் உண்டு. ''ஓரமா நின்னுகிட்டு சிரியுங்கசார். வண்டியெல்லாம் வருது பாருங்க?'' என்று ஒருவர் பரிவுடன் கூறிவிட்டு போனது நினைவிருக்கிறது. இத்தனை பேர் என்னை பார்த்து சிரித்தார்களே என்று நான் கவலைப்பட்டது கிடையாது 'சிரிக்கட்டுமே மடப்பயல்கள், இத்தனை பேரும். இன்னும் பத்துநாளில், நான் மனதில் கண்ட இந்த காட்சியை நாடக மேடையில் பார்த்து விழுந்து விழுந்து சிரிக்கத்தானே போகிறார்கள்.'

இந்த உலகத்தில் பல பெரிய இக்கட்டான நிலைகள் ஒரு சின்ன நகைச்சுவை உணர்வினால் தவிர்க்கப்பட்டிருக்கின்றன. தீரவே தீராது என்கிற பிரச்சனைகளில், ஒரு சின்ன சிரிப்பின் மூலம் மன இறுக்கங்கள் உடைபட்டு, பிரச்சனைகள் தீர்க்கப்பட்டிருக்கின்றன.

அரசியல் தலைவர்கள், நடிகர்கள், இலக்கிய கர்த்தாக்கள், இவர்களில் மக்களின் ஆதரவைப் பெற்றிருக்கும் பெரும்பாலோர் மிகுந்த நகைச்சுவை உணர்வு படைத்தவர்களாகவே இருப்பதை காண்கிறோம். சிரிக்கத் தெரிந்தவர்கள், மற்றவர்களை சிரிக்க வைக்கும் திறன் படைத்தவர்கள் இவர்களே சமுதாயத்தில் நட்புணர்வையும், நேச உணர்வையும் வளர்க்கிறார்கள் கருத்து மாறுபட்ட கருத்து உடையவர்களாலும் கூட வெகுவாக நேசிக்கப்படுகிறவர்கள். ஒரு சமயம் நாடாளுமன்றத்தின் எதிர்கட்சி தலைவராக இருந்த மஹாவீர் தியாகி, பண்டித நேருவின் இல்லத்தில் ஒரு நாள் மாலை தேநீர் அருந்திக் கொண்டிருந்தபோது ''பண்டிட்ஜீ நாமிருவரும் சிறையில் இருந்தகாலத்தில் எங்களுக்கெல்லாம், தாங்கள் ஃப்ரெஞ்ச் பாடம் சொல்லிக்கொடுக்கும்போது பல சமயங்களில் என்னை முட்டாள் நான்சென்ஸ் என்றெல்லாம் திட்டுவீர்கள். ஆனால் இப்போது அரசு பொறுப்பு ஏற்ற பின்னர் நாடாளுமன்றத்திலும் சரி, தனிமையிலும் சரி என்னை மிஸ்டர் தியாகி என்றே அழைக்கிறீர்கள். முன்போல் தாங்கள் என்னிடம் அவ்வளவு நட்புரிமை பாராட்டுவதில்லை. என் மீது உங்களுக்கு அந்யோன்யம் குறைந்து விட்டதுபோல உணர்கிறேன் என்றார்.''

அதற்கு அந்த மாபெரும் மனிதர் பண்டித நேரு பதில் சொன்னார். ''மிஸ்டர் தியாகி! இப்போதெல்லாம் நான் யாரையும் முட்டாள் என்றோ நான்சென்ஸ் என்றோ சொல்லுவதில்லை, ஏனெனில் இப்பொதெல்லாம் விளையாட்டுக்காக உண்மையை சொன்னால்கூட ரொம்ப பேருக்கு கோபம் வந்து விடுகிறது.''

உண்மை என்பது எவ்வளவு அரிதான பொருளாகி விட்டது என்கிற ஒரு பெரிய விஷத்தையும் மிஸ்டர் தியாகி ஒரு முட்டாள் என்ற தன்னுடைய அபிப்ராயத்தில் எந்த விதமான மாற்றமும்

இல்லை என்கிற சின்ன விஷயத்தையும் ஒரே வரியில், எவ்வளவு நகைச்சுவையுடன் கூறிவிட்டார்.

சிரிக்கின்ற இயல்பு மனிதனுக்கு இறைவன் கொடுத்த வரப் பிரசாதம் தினம் தினம் வாழ்க்கையில் நாம் படும் மனக்காயங்களுக்கு சிரிப்பு ஒரு அரிய மருந்து கொடுத்தாலும் பெற்றுக் கொள்ளுங்கள். சிரியுங்கள், நன்றாக சிரியுங்கள் வாய்விட்டு சிரியுங்கள். மோசமான நிலையிலும் சிரிக்கத் தெரிந்தவர்களே, முழுதுமாக வாழ்கிறவர்கள், இறந்த பின்னும் வாழ்கிறவர்கள்.

K.K. ராமன்

''மத்தப்படி எல்லாம் ஓ.கே. தானே?''

எனக்கென்னவோ, அமெச்சூர் நாடகம் என்பது தோன்றுவதற்கு நெடுங்காலம் முன்னமேயே, இந்த 'சமாளிப்பது' என்னும் வார்த்தை தோன்றிக் காத்திருந்திருக்க வேண்டும் என்று தோன்றுகிறது. அமெச்சூர் நாடகம் வந்தவுடனேயே இந்த 'வார்த்தையும் இதன் பல வடிவங்களும் அதோடு இயல்பாக இணைந்து விட்டன என்றுதான் சொல்ல வேண்டும். உங்களுக்கெல்லாம் எப்படியோ, என்னுடைய அனுபவம் இது. சமாளிப்பதில்கூட, வெற்றிகரமாகச் சமாளிப்பதென்பது அபூர்வமாகத்தான் நிகழும்; மற்றபடி எல்லாம் அப்படி அப்படித்தான்.'

நாடகம் துவங்கிவிட்டது. இரண்டாவது காட்சி, ''எப்பிடிடா மனசு வந்தது ஒனக்கு?'' என ஆக்ரோஷமாகக் கத்தவேண்டிய ஒரு கட்டத்தில், சம்பந்தப்பட்ட பாத்திரம் மிக மென்மையாகப் பட்டுப் போல அந்த வாக்கியத்தைச் சொல்லப்போக, பக்கத்து நடிகர் அவரிடம் நெருங்கி வந்து காதோடு காதாக, ''டேய், இதே வாக்கியத்தை நீ 'ஸாஃப்ட்'டாச் சொல்றது பதினெட்டாவது ஸீன்லதான் வருது, இங்கே இதை நீ கத்திச் சொல்லணும்'' என்று நினைவுபடுத்தினார். உடனே அந்தப் பாத்திரத்துக்கு ஞாபகம் வந்துவிட்டது. மென்மையை அப்படியே ஒரு உதறு உதறிவிட்டு ''எப்பிடிடா மனசு வந்தது ஒனக்கு?'' என்று ஆவேசமாக ஒரு காட்டுக் கூப்பாடு போட்டதுடன், ''ரொம்ப தாங்க்ஸ்டா'' என்று சக நடிகருக்கு நன்றியும் கூறவே, ஆரம்பத்திலிருந்து எல்லாமாக மைக் வழியே (புகழ்மிக்க கன்னட நாடகாசிரியர் டி.பி. கைலாசம் 'மைக்காசுரன்' என்று கூறுவார்) ஆடியன்ஸைச் சென்றடைந்தது.

நாலா பக்கமும் ஒரே கலகலப்பு. டைரக்டர் மட்டும் அதாவது நான் மட்டும் தலையைத் தாறுமாறாகப் பிய்த்துக் கொண்டு அழாத குறையாக நின்றேன். (இப்படிப் பலப்பல தடவைகள். பிய்த்துக் கொண்டதுபோக மிஞ்சியிருப்பதுதான் இன்று என் தலையில்!) நாடகமும் நான் எழுதியதுதான். அப்போதே முடிவு செய்துவிட்டேன். எந்த நாடகத்திலும் ஒரே வாக்கியத்தை ஒரு தடவைக்கு மேல் உபயோகிப்பதில்லையென்று.

ஓஹோ. இப்படித் தீர்மானித்து விட்டால் முழுதுமாகத் தப்பிவிட முடியுமா? ''சமாளிப்பது'' என்பதன் மற்ற வடிவங்களெல்லாம் நம்மைச் சும்மா விட்டுவிடுமா....!

ஒரு சரித்திர நாடகம் கோட்டைக் காவலாளி ஒரு புது நடிகர். அவரைத் தாக்கிக் கொன்றுவிட்டுக் கோட்டைக்குள் பாயவேண்டிய வீரனோ புத்தம் புது நடிகர். திரை உயர்ந்தபோது காவலாளி கம்பீரமாகக் கோட்டை வாயிலில் நின்றார். வெளியிலிருந்து ஆவேசமாக உள்ளே வந்த வீரர். உடைவாளை இடுப்பிலிருந்து வெறியுடன் உருவினார். விவரம் தெரியாத அந்த உடைவாள் உறையிலிருந்து வெளிவர மறுத்ததுடன் தன்னுடன் இணைந்த துணி பெல்ட்டையே வீரனின் இடுப்பிலிருந்து பிய்த்துக்கொண்டு மொத்தமாகக் காவலாளியின் காலடியில் வந்து தாறுமாறாக விழுந்தது. இரண்டு நடிகர்களும் திகைப்பில் விறைத்துப்போய், பக்கவாட்டில் பார்வையால் ஒருகணம் தேடினார்கள். மறுகணம் காவலாளி நடிகர், நெருக்கடியைச் சமாளித்தே தீருவதென்று முடிவு செய்தார். அமைதியாகக் குனிந்து அந்த உடைவாளை உறையோடும் பெல்ட்டோடும் எடுத்து எட்டடி முன்வந்து வீர நடிகரிடம் ஒப்படைத்து விட்டு அவரை நேராக நோக்கியவாறே தர்பாரில் நடப்பது போல் பின்னுக்கு எட்டடி நடந்து தனது பழைய நிலைக்கு வந்து, பழைய முகபாவத்துடன் (அதாவது, முதலில் வீரனைப் பார்த்தபோது ஏற்பட்ட மிரட்சிவுடன்) நின்று கொண்டார். உதடு அசையாமல் அந்தக் காவலாளி வீர நடிகரைப் பார்த்து ''மறுபடி தாக்குங்க' என்று 'இன்ஸ்ட்ரக்ஷன்' கொடுத்தது ஊர் முழுவனம் கேட்டது. உடனே வாள் வீரர், பெல்ட்டை இடது கையிலேயே உறுதியாகப் பிடித்துக் கொண்டு அதிலிருந்து உடைவாளை டக்கென்று (இந்தத் தடவை ஜாக்கிரதையாகவே உருவிக் காவலாளியின் நெஞ்சருகே கொண்டு போனார். மறுகணம் காவலாளி 'ஆ'வென்று கதறிக்கொண்டு விழுந்து மடிந்தார். (அவர் கொஞ்சம்)தாமதம் செய்திருந்தால் வாள் வீரர் அவரைக் குத்தியே இருப்பார்!) பின்னால் இதுபற்றி இருவரையும் விசாரித்த போது அவர்கள் சொன்ன பதில் குற்றமற்றதாகத்தான் இருந்தது.

உடைவாளை எடுத்துத் திருப்பிக் கொடுத்திராவிட்டால் கதையே மாறிபோயிருக்குமே) இந்த நிலைமையை வேறு எப்படித்தான் சமாளிப்பது, என்று அவர்கள் விளக்கியபோது என் மனம் என்ன வெல்லாமோ நினைத்தது...

கிட்டத்தட்ட கற்காலத்தில் அதாவது நான் ஓர் இளம்வயது ஹீரோவாக மேடையில் தோன்றிக் கொண்டிருந்த காலத்தில் ஆண்களே டோப்பாவுடன் பெண்வேடம் பூண்டு (சினிமாக்காரர் மொழியில் சொல்வதாயிருந்தால்) 'ஹீரோயினி'களாக வந்து கொண்டிருந்தார்கள். நாடகத்தில் உணர்சிமயமான ஒரு கட்டத்தில் 'ஹீரோயினி'யின் டோப்பாவுக்குள் ஏதோ சில பூச்சிகளின் ஓட்டகாட்டம் ஏற்படவே அந்தப் 'பெண்' தன்னைமறந்து, சோகம் நிறைந்த அந்த கட்டத்தையும் மறந்து, தலையைக் கொஞ்சம் அழுத்திச் சொறியவே டோப்பா கையோடு வந்துவிட்டது. இருபது வயதுதான் என்றாலும் அந்த நடிகருக்கு அப்போதே வழுக்கை துவங்கிவிட்டது. அவரைப் பெண் வேடத்திலேயே பார்த்துப் பார்த்து மகிழ்ந்து வந்திருந்த நாடக ரசிகர்களுக்கு இதைக்கண்டவுடன் தூக்கிவாரிப் போட்டது. அந்த ரசிகர்களுக்குத் தன் டோப்பாவின் மூலமே மேலும் வேடிக்கை காட்ட முற்பட்டார் அந்த நடிகர் சுழன்று வந்த டோப்பாவை ஒரு தரம் உதறிவிட்டு நிதானமாகத் தன் தலையில் மீண்டும் பொருத்திக் கொண்டதுடன், பிதுங்கும் விழிகளால் திகைத்துக் கொண்டிருந்த என்னைப் பார்த்து ''சரியாயிருக்கா?'' என்றும் கேட்டபோது 'சமாளிப்பு' பூர்த்தியாயிற்று (வேண்டாத சமயத்திலெல்லாம் முன்திரையைக் கீழேபோடும் ஸீன்காரக் கேசவன் அப்போது மேக்அப் ரூமில் உட்கார்ந்து புகையிலையைக் குதப்பிக் கெண்டிருந்தான்)

அமெச்சூர் நாடகங்களில் நடிக்கும் பெரும்பாலான நடிகர்கள் பல்வேறு அலுவலகங்களில் வேலை பார்ப்பதென்பது இன்னொரு சிக்கலான அம்சம்... அன்றைய நாடகத்துக்கு முதல் மணி அடிக்க வேண்டிய நேரம் நெருங்கியும் குருமூர்த்தி மட்டும் தியேட்டருக்கு வந்து சேரவில்லை.

முதல் மணியையடுத்துச் சற்றே தாமதமாக இரண்டாவது மணியும் அடித்துவிட்டு அறிவிப்புகளை யெல்லாம் முடித்தாகி விட்டது. அப்போதும் வரவில்லை, எனக்குப் படுகோபம் நாலாவது காட்சியில்தான் அவன் வரவேண்டும் என்பதால், நடக்கிறபடி நடக்கட்டும் என்று நாடகத்தைத் துவக்கி விட்டோம். இரண்டாவது காட்சி நடந்து கொண்டு அசரீரமாதிரி ''குருமூர்த்தி வந்தாச்சு'' என்று குரல் கொடுக்கவே எனக்கு சந்தோஷத்தில் டயலாக்கே மறந்து போகப் பார்த்தது; நல்ல வேளையாக அதைலாவிப்

பிடித்துச் சொல்லி முடித்து விட்டேன். இனி நாடகத்தைப் பற்றிக் கவலையில்லை என்று பெருமிதம் கொண்டேன். ஆனால் அந்த பெருமிதமெல்லாம் கொஞ்சநேரத்துக்குத்தான். பின்னர் குருமூர்த்தி தோன்றிய ஒவ்வொரு காட்சியிலும் என் மனம் துணுக்கு துணுக்காகப் பிளந்து கொண்டிருந்தது. நடுவில் அவனைச் சந்தித்து எச்சரிக்கலாமென்றால் எனக்கு ஒவ்வொரு காட்சியிலும் துவக்கத்திலிருந்து கடைசிவரை வேலை! நாடகம் ஒருவாறாக முடிந்தது உடனேயே நான் குருமூர்த்தியைப் பிடித்துக் கொண் டேன்.

''என்னப்பா இது லேட்டா வந்து அனாவசிய டென்ஷனைக் குடுத்துக் கொல்றியே! நீ எப்பவும் இப்பிடியே பண்ணிட்டிருந்தா நான் எங்கேயாவது ஓடியே போயிடுவேன்'' என்று கூப்பாடு போட்டேன்.

குருமூர்த்தியின் சமாளிப்பு உடனே ஆரம்பமாகி விட்டது.

''அது... மானேஜர் கடைசி நிமிஷத்துல ஏதோ ஃபைலை எடுத்து வச்சுக்கிட்டு என்னை நிறுத்திட்டான். நாடகம்னும் அவன்கிட்ட சொல்ல முடியலே. அதான்... ஆனா இனிமே கவலையில்லே; இந்த மானேஜரே பத்தமடைக்கு மாத்திப் போறான்....' என்று சமாதானப்படுத்தினான்.

''அது எப்பிடியாவது தொலையட்டும். இன்னிக்கு என்ன, நீ 'தொள தொள'ன்னு ஒரே ட்ரெஸ்ஸை வச்சுக்கிட்டு அதையே எல்லா ஸீனுக்கும் போட்டுட்டு வந்தே? படுஆபாசம்'' என்று நான் கத்தினேன்.

''ஓ, அது வந்து ஆஃபீஸ்லேருந்து நேரா இங்கு வந்துட்டேனா, நாடகத்துக்கு வேண்டிய ட்ரெஸ்ஸை வீட்டிலேருந்து எடுத்துவர முடியலே. அதான் நம்ம தோத்தாத்திரியோட பாண்ட் ஷர்ட்டை...''

''அடப்பாவி! தோத்தாத்திரி ஒன்னைப் போல மூணு மடங்கு இருக்கான், அவன் ட்ரெஸ்ஸைப் போயி! அது போகட்டும், மேக்அப் ஏன் இவ்வளவு கோரமாப் பண்ணிக்கிட்டே? மொகம் ஒரு கலரு. கழுத்து, காது எல்லாம் ஒரு கலரு, கை ஒரு கலருன்னு, ஆளே சாயம் போன ஜவுளி மாதிரி மேடையில வந்து நிக்கறியே, வெக்கமாயில்லே...?''

''ஓ, அதுவா! அது.... வந்து... லேட்டா வந்த பதற்றத்துல இருந்தேன். நம்ம மேக்அப் கிருஷ்ணன் வேற டீ குடிக்கப் போயிட்டாரு, அதனால நானே அவசரம் அவசரமா எனக்குத் தெரிஞ்ச வரைக்கும்....''

''அப்புறம் அதென்ன, அறுவதாவது தடவையா இந்த

நாடகத்தைப் போடறோம். டயலாக்குல ஏன் அப்பிடித் தட்டித் தடவித் தடுக்கி விழுந்து எங்க உசிரையெல்லாம் வாங்கினே?...''

''அது வேறொண்ணுமில்லே, ஒங்களுக்கெல்லாம் இவ்வளவு பதற்றம் குடுத்துட்டமேங்கற 'கில்ட்டீ ஃபீலிங்க்'ல எனக்கு டயலாக் ஒரு மாதிரி....'

''நீ உருப்படமாட்டே.... அப்புறம், எல்லாத்துக்கும் மேல, மேடையில எந்தக் கதவு எதுக்குன்னுகூட நெனவுல வெச்சுக்காம, வீட்டுக்குள்ள போக வேண்டிய கதவு வழியா தெருவுக்கு ஓடறே, டாக்ஸி பிடிக்கப் போறதாச் சொல்லிட்டு அடுக்களைக்குப் பாயறே. ஒன்கூட ஆக்ட் பண்ற எல்லாருக்கும் 'மூவ்மென்ட்' எல்லாம் ஒளம்பிப்போயிக் கேலிக் கூத்தாவுல்லே ஆயிரிச்சு! ஒன்னை அப்பிடியே...''

''அது என்ன ஆச்சுன்னா, இந்த தோத்தாத்திரிப் பயலோட லூஸ் ட்ரெஸ்ஸுல மாட்டிக்கிட்டு, எனக்கென்னமோ அந்த ட்ரெஸ்ஸுக்குள்ளவே சுத்திச் சுத்தி வர்ற மாதிரித் தோணிச்சே ஒழிய மேடைன்னு ஒண்ணு இருக்கற ஞாபகமே இல்லே ஹா ஹா ஹா....!'' சிரித்தபின் கேட்டான். ''மத்தபடி எல்லாம் சரியா இருந்திச்சு இல்லியா?''

நான் நினைவு தப்பிக் கீழே சாய்ந்தேன். சாதாரண நெருக்கடிகளைக் கூடச் சமாளிக்கத் தெரியாத எனக்கு குருமூர்த்தியின் இந்தச் சமாளிப்பு டூ மச்!

பூர்ணம் விஸ்வநாதன்

125வது ஆண்டில்...

தமிழில் நல்ல நூல்களை வெளியிட்டு வரும் அல்லயன்ஸ் ஸ்தாபகர் ஸ்ரீ வி. குப்புஸ்வாமி ஐயரை நான் பாராட்டுகின்றேன்.

- மகாத்மா காந்தி

நீதிகளைக் கற்பிக்கும் சிறுகதைகளையும், புதிய நாடகங்களையும், பல மொழிபெயர்ப்புக்களையும், இன்னும் பல விஷயங்களையும் எளிய அழகிய நடையில் வெளியிட்டுவரும் அல்லயன்ஸாரை நான் பாராட்டுகின்றேன்.

- மகாமகோபாத்தியாய டாக்டர் உ. வே. சுவாமிநாத ஐயர்

தமிழில் பல அழகிய புத்தகங்களை வெளியிட்டுவரும் அல்லயன்ஸாருக்கு நன்றி செலுத்தி அவர்களைத் தமிழ் மக்கள் ஆதரிக்க வேண்டுகின்றேன்.

- சி. ராஜகோபாலாச்சாரி

உலக சிரேஷ்டர்களின் சரிதையை எழுதுவதும் படிப்பதும் நமக்கு நல்லதையே செய்யும். அறிவை ஊட்டுவதற்கு இதுபோன்ற நூல்கள் பேருதவியாக இருக்கும். அல்லயன்ஸ் கம்பெனியாரோ பல பெரியோர்களின் சரித்திரத்தை வெளியிட்டவர்கள். மக்கள் நன்மையைக் கருதி உயர்ந்த நூல்களை வெளியிடும் அல்லயன்ஸ் கம்பெனியாருக்கு தக்க ஆதரவு கிடைக்குமென நம்புகிறேன். வந்தே மாதரம்.

- எஸ். சத்தியமூர்த்தி

இம்மாதிரியான புத்தகங்களை நமது பள்ளிகளில் இருக்கும் மாணவர்களுக்குக் கொடுப்பது அவசியம். இவைகளின் வழியாக நமது இளைஞர்கள் தேச சேவையைச் செவ்வையாகக் கற்றுக் கொள்ளலாம். இதுபோன்ற நூல்களை வெளியிடும் அல்லயன்ஸ் கம்பெனியாருக்கு தமிழ்நாடு என்றும் கடமைப்பட்டுள்ளது.

- முன்னாள் மத்திய மந்திரி டாக்டர் ப. சுப்பராயன்

நம் நாட்டுக்கு ஏற்பட்ட தனிப்பெருஞ் செல்வம் அதற்குக் கிடைத்த தலைவர்கள் என்று சொல்லலாம். வேறு எந்த நாட்டிற்கும் கிடைக்காத தலைமை நமக்கு உண்டு. தக்க சமயம் பார்த்து அல்லயன்ஸ் கம்பெனியார் இதுபோன்ற தேசபக்தர் நூல்களை வெளியிடுவதை நான் பாராட்டுகின்றேன்.

- முன்னாள் முதலமைச்சர் எம். பக்தவத்சலம்

தற்போது அல்லயன்ஸ் கம்பெனியார் தமிழ் உலகத்திற்குத் தந்துள்ள இதுபோன்ற அரிய ஜீவிய சரித்திரம் உண்மையில் நமது நாட்டிற்கு படிப்பினையை பூர்வாங்கமேனும் அடைவதற்குப் பெரிதும் உபயோகமாக இருக்குமென்று நான் நிச்சயமாக நம்புகிறேன்.

- 'ஹிந்து' முன்னாள் ஆசிரியர் ஏ. அரங்கசாமி ஐயங்கார்

தலைவர்களின் வாழ்க்கைச் சரித்திரப் புத்தகங்கள் எந்த இலக்கியத்திலும் ஒரு முக்கிய அம்சமாகும். அல்லயன்ஸ் கம்பெனியார் மற்ற பிரசுரகர்த்தர்களைவிட அதிகமான வாழ்க்கைச் சரித்திரப் புத்தகங்களை வெளியிட்டு, இந்திய சுதந்திரப் போராட்டத்தை இதன் மூலம் ஊக்குவித்தனர்.

- 'தினமணி' முன்னாள் ஆசிரியர் ஏ.என். சிவராமன்

நமது பிற்கால சந்ததிகள் தெரிந்து கொள்ளுவதற்காகத் திறம்பட நமது பெரியோர்களின் சரிதைகளை சரியாக எழுதி வைக்கும் வழக்கம் நமது தேசத்தில் இல்லாமலிருந்து வருவது வருந்தத்தக்கதாகும். இந்தக் குறையைத் திறம்பட போக்கி வரும் அல்லயன்ஸ் கம்பெனியார் நமது பாராட்டுதலுக்கும் நன்றிக்கும் உரியவர்களாகிறார்கள்.

- ஆர்.கே. ஷண்முகம் செட்டியார்

தேச பக்தர்களின் நூல்களை மிகவும் உயர்ந்த முறையில் பிரசுரித்திருக் கிறார்கள்.

- ஆனந்த விகடன்

நல்ல புத்தகங்களை, தகுந்த ஆசிரியர்களைக் கொண்டு எழுதி வெளியிடும் தன்மையில் அல்லயன்ஸ் கம்பெனியார் சிறந்தவர்கள். இத்தகைய பொறுப்பும் பிரயோஜனமுமான வேலையை அல்லயன்ஸ் கம்பெனியார் மேலும் மேற்கொள்வார்களாக.

- குமரன் (பத்திரிகை)

அல்லயன்ஸ் கம்பெனியாரது ஊக்கம் மேன்மேலும் அதிகரிக்கும் வண்ணம் தமிழ் மக்கள் இதுபோன்ற தேசபக்தர்களின் புத்தகங்களுக்கு ஆதரவு அளிப்பார்கள் என நம்புகிறோம்.

- சுதேசமித்திரன்

மிகவும் சொற்ப விலையில் இப்புத்தகத்தை பிரசுரிக்க அல்லயன்ஸ் கம்பெனியார் முன்வந்திருக்கிறபடியால், அவர்களுடைய எதிர்கால தேசிய சேவைக்கு ஊக்கங் கொடுக்கும் விதத்தில், இப்புத்தகத்தைத் தமிழர்கள் ஏராளமாய் வாங்கி ஆதரிப்பார்களென்று நம்புகிறேன்.

- 'தினமணி' முன்னாள் ஆசிரியர் டி.எஸ். சொக்கலிங்கம்

The publishers have done a service to Tamil Nadu by publishing in Tamil the biography of one who was the foremost leader of Indian opinion in modern times - Mahatmaji - whose sacrifices and services in the cause of the country were unprecedented.

- The Hindu

We trust that the students and youth will make the best use of the Publication.

- The Indian Express

No library of modern literature will be complete, it can be safely affirmed, without the excellent books of The Alliance Company.

- The Free Press

The Alliance Co., that enterprising publishers of Madras deserves the thanks of all lovers of Tamil for the service to the language.

- Sunday Times

மயிலை அல்லயன்ஸ் கம்பெனியாரின் வெளியீட்டுத் திறத்தை ஈண்டு விரித்துக் கூறவேண்டியதில்லை. அதை நாடறியும். அவர்களால் வெளியிடப்பெற்ற நூல்கள் தமிழ் நாட்டுக்குப் பலவகைகளிலும் பயன் விளைத்து வருவது கண்கூடு. நாட்டு நலங்கருதி ஒழுங்கு முறையில் உழைக்கும் அவர்களுக்கு நாடு கடமைப்படுவதாக.

- திரு. வி. க.

அல்லயன்ஸார் யாதொரு இடையூற்றையும் பொருட்படுத்தாது சிறிதும் ஊக்கம் குன்றாது நடத்திவரும் இந்த நிறுவனத்தின் மூலம் ஈடு செய்ய முடியாத அளவிற்குத் தமிழிற்குச் செய்திருக்கும் தொண்டு மிகவும் வியந்து பாராட்டுதற்குரியது.

- பெ. நா. அப்புஸ்வாமி

Books Published by Alliance Co., are highly popular books.

- Rt. Hon'ble V. S. Srinivasa Sastri

உள்ளே...

கிரேஸி மோகன்

எழுதிய நூல்கள்...

அலாவுதீனும் 100 வாட்ஸ் பல்பும்

அன்புள்ள மாதுவிற்கு...!

பிவேர் ஆஃப் மாது

சாக்லேட் கிருஷ்ணா

கிரேஸி கோஸ்ட்

கிரேஸி கிஷ்கிந்தா

கீதா உபதேசம்

கூகுள் கடோத்கஜன்

ஜ்ூராசிக் பேபி

மாது மிரண்டால்

மதில் மேல் மாது

மாது + 2

மேரேஜ் மேட் இன் சலூன்

மீசை ஆனாலும் மனைவி

மிடில் கிளாஸ் மர்டர்

ஒரு பேபியின் டைரிக் குறிப்பு...

ரிடர்ன் ஆஃப் கிரேஸி தீவ்ஸ்

ஸாடிலைட் சாமியார்

ஹனிமூன் கப்பிள்

ஹியர் இஸ் காசி

அய்யா...! அம்மா...! அம்மம்மா...!

கிரேஸியைக் கேளுங்கள் – 1

கிரேஸியைக் கேளுங்கள் – 2

கிரேஸியுடன் சிரியுங்கள் – 1

கிரேஸியுடன் சிரியுங்கள் – 2

சங்கர லிங்காஷ்டகம்

டேப்பில் எஸ்.பி. பாலசுப்ரமணியம் பாடிய 'பிரும்ம முராரி சுரார்ச்சித லிங்கம்' லிங்காஷ்டகத்தைக் கேட்டபடி மேலே இருக்கும் காஞ்சி பெரியவர்கள் படத்தை வரைந்து கொண்டிருந்தபோது, அவர் அருளால் அதே மெட்டில் தமிழில் லிங்காஷ்டகம் பாடும் ஆர்வமும் ஓரிரு அடிகளும் உருவானது. காஞ்சி முனிவர் கருணையால் கவிதை தோன்றிய கையோடு கையாக அன்றிரவே அடியேன் ஒரு சங்கரலிங்காஷ்டகத்தை எழுதினேன். சென்ற வருடம் சபரி மலைக்கு கிரேஸி க்ரியேஷன்ஸ் குழுவினரோடு சென்றபோது, ஐயப்பன் சன்னதியில் எல்லோரும் சேர்ந்துபாட எனது அஷ்டகம் அரங்கேற்றமானது.

ஆசாரிய சுவாமிகளின் படத்தை வரைந்தவர்: கிரேஸி

சங்கர லிங்காஷ்டகம்

சத்சிவ சித்தா னந்தன லிங்கம்
சகுண உபாஸக நிர்குண லிங்கம்
புத்தி அனுக்கிரக பாரதி லிங்கம்
சத்குரு சங்கர தத்துவ லிங்கம்.
தொன்மையில் சிவமாய்த் தோன்றிய லிங்கம்
தென்முகம் நோக்கிய தெய்வத லிங்கம்
சின்மயமான சிதம்பர லிங்கம்
சத்குரு சங்கர தத்துவ லிங்கம்.
ஆழ்நிலை தியானத் தசலன லிங்கம்
அண்ட சராசர மாயா லிங்கம்
ஊழ்நாள் ஊர்த்தவ தாண்டவ லிங்கம்
சத்குரு சங்கர தத்துவ லிங்கம்.
முப்புரம் கனல்எரி மூட்டிய லிங்கம்
மன்மத தகன மகாதவ லிங்கம்
அப்புவிண் வாயுமண் அக்கினி லிங்கம்
சத்குரு சங்கர தத்துவ லிங்கம்
அயனரி அடிமுடி தேடிய லிங்கம்
அலைகலை தலைமுடி சூடிய லிங்கம்
நயன நுதலிடை நீறணி லிங்கம்
சத்குரு சங்கர தத்துவ லிங்கம்
'கனக மகாமழை' காட்டிய லிங்கம்
குருநெறி 'மனீஷா பஞ்சக' லிங்கம்
அனுதினம் 'பஜ கோவிந்தன்' லிங்கம்
சத்குரு சங்கர தத்துவ லிங்கம்.
ஷண்மத ஸ்தாபக சங்கர லிங்கம்
ஸத்திய சிவமய சுந்தர லிங்கம்
உன்னத அத்வை தாம்ருத லிங்கம்
சத்குரு சங்கர தத்துவ லிங்கம்.
இகபர சுகமருள் ஈஸ்வர லிங்கம்
இம்மையில் மறுமையை நீக்கிடும் லிங்கம்
பகலென ஒளிர் பரமாத்மக லிங்கம்
சத்குரு சங்கர தத்துவ லிங்கம்.

பலஸ்ருதி

ஜயஜய ஹரஹர சங்கர லிங்கம்
ஜனன மரணநிலை நீக்கிடும் லிங்கம்
தயவொடு தாயெனத் தேற்றிடும் லிங்கம்
தந்தை சதாசிவ சங்கர லிங்கம்.

அழையா விருந்தாளி ஆச்சாணி!

சென்ற மாதம் ஒரு நாள் என் மனைவி என்னிடம் ''இந்த மாசம் செலவு கம்மி... ஐந்நூறு ரூபாய் மிச்சமாயிருக்கு'' என்று சம்சார சாகரம் அமைதியாக இருப்பதாக வானிலை அறிவிப்பு வாசித்துச் சென்றாள். அவள் உள்ளே சென்ற சில நிமிடங்களில் என் வீட்டு காம்பௌண்ட் சுவரில் ஒரு அண்டங் காக்கா வந்து அமர்ந்து 'கா...கா...' என்று கூவியது.

அடுத்த சில விநாடிகளில் என் வீட்டு வாசலில் டாக்ஸி நிற்கும் சத்தம் கேட்டுத் திரும்பினேன். கூடவே ''அத்தான்'' என்று ஒரு

சத்தமும் கேட்டது. என் மனைவி என்னை சந்தேகமாகப் பார்த்தாள். அவள் சந்தேகத்தைத் தீர்ப்பது போல டாக்ஸிக்குள்ளிருந்து இன்னொரு டாக்ஸி இறங்கினாற்போல் ஓர் உருவம் இறங்கி என்னைப் பார்த்து, ''அத்தான்'' என்று கடோத்கஜன் காதலி போல் பிளிறியது! ''என்னோட செல்லப் பெயர் ஆச்சாணி... முழுப் பெயர் ஆதிகேசவாச்சாரி. மாயவரம் பக்கமுள்ள ஆவூர் எனக்குச் சொந்த ஊர்'' என்று அறிமுகப்படுத்திக் கொண்டது!

ஆச்சாணி, ஆச்சாணிக்குப் பொம்பளை வேஷம் போட்டது போல அவன் மனைவி சாருமதி, ஆச்சாணிக்குக் குழந்தை வேஷம் போட்டதுபோல அவனுடைய மூன்று அசுர சிசுக்கள்... மூத்த பையன் டேச்சு (வெங்கடேசன்) இரண்டாவது சேச்சு (சேஷாத்திரி) பேச்சு (கடைக்குட்டி ஏழு மாச பத்மஜா), ஐந்து பேரும் பஞ்சபூதங்கள் போல வீட்டுக்குள் அத்துமீறி அழையா விருந்தாளிகளாகப் பிரவேசித்தார்கள்.

ஆச்சாணியின் மனைவி சாருமதி (என்னைக் கேட்டா இவளுக்குச் சோறுமதி, இல்லை பாசுமதினு பேர் வெச்சிருக்கலாம்) பல பாத்திரங்களை இறக்கி என் மனைவியிடம் அலம்பி வைக்குமாறு கேட்டுக் கொண்டாள். மாயவரத்திலிருந்து மெட்ராஸ் வருவதற்குள் ஓவர் நைட் ஜர்னியில் ஆச்சாணி அண்ட் கோ கபளீகரம் செய்த பலவிதமான பதார்த்தங்களின் வாசனை மட்டும் அந்தப் பாத்திரங்களில் மீதமிருந்தது. விளம்பரத்துக்காக வரையும் சைஸில் டேச்சு, சேச்சு, பேச்சு 'பால்' சாப்பிட்ட ஒரு ராட்சத ஃப்ளாஸ்க்!

எண்ணெய் போடாத பீரோ கதவைத் திறந்த மாதிரி ஆச்சாணி ஒரு பசி ஏப்பம் விட்டுவிட்டு, ''நாங்க போய் பல் தேச்சுட்டு வரோம்... காபி சாப்பிட்டுட்டுப் பேசலாம் அத்தான்'' என்று கூறி விட்டுக் கொல்லைப்புறம் நோக்கி குடும்பத்தோடு அன்னநடை நடந்தான். கண்றாவி... நடையில் கூடவா அன்னம்...!

பல் தேய்ப்பு விவகாரம் முடிந்ததும், என் மனைவி ஒரு சொம்பு நிறைய காபியை மேஜையில் வைத்துவிட்டு ஐவருக்கும் டம்ளர் எடுத்துவர உள்ளே சென்றிருப்பதை நான் கூற ஆரம்பிப்பதற்குள் ஆச்சாணி சொம்பு காப்பியையும் மாயா பஜார் ஸ்டைலில் ஒரே மடக்கில் குடித்தான். குழந்தைகள் மூவரும் தலா இரண்டு டம்ளர் பால் குடித்துவிட்டுத் தந்தையின் உத்தரவுப்படி எக்ஸர்சைஸ் செய்து, அடுத்த வேளைக்கான அகோரப் பசியை வரவழைத்துக் கொள்ள ஆரம்பித்தார்கள். 'என் மனைவி சாரு காலையில் காபி சாப்பிடுவதில்லை' என்று என் காது குளிர ஆசை காட்டிய ஆச்சாணி, உடனே மோசம் செய்வது போல, மனைவி சாருவுக்கு ஃப்ரூட்

ஜூஸ் தருமாறு விண்ணப்பித்தான். தேவையில்லாத வெட்கத்துடன் அவன் மனைவி சாரு ஆரஞ்சு ஜூஸ் ஐந்து டம்ளர்களைத் தன் முன் ஜலதரங்கம் வாசிப்பவள் போல வரிசையாக வைத்துக் கொண்டு ஒவ்வொன்றாகக் குடித்து முடித்ததை ஆச்சாணி கண்களில் ஆனந்த பாஷ்பத்தோடு பார்த்தான்.

எட்டு மணிக்கு டிபன் கடை ஆரம்பித்தது. என் மனைவி அன்னபூரணி போல இட்லியைக் குக்கரிலிருந்து அடுக்கடுக்காகப் போடப் போட ஆச்சாணி அண்ட் கோ 'எடுத்தது கண்டனர் இற்றது கேட்டனர்' வேகத்தில் ஒரு மணி நேரம் இட்லி சாப்பிட்டார்கள். சாதாரணமாக ஐந்து நிமிடத்துக்கு இரண்டு இட்லி என்ற விகிதாசாரத்தில் ஆலூரில் சாப்பிடும் ஆச்சாணி என்னிடம் தனது பிரதாபத்தைக் காட்டிக் கொள்ள... முதல் அரை மணி நேரம் பசிக்காக வழக்கம் போல் சாப்பிட்டுவிட்டு, அடுத்த அரை மணி நேரம் ஒரே சமயத்தில் ஐந்து இட்லி...இட்லிக்குத் தொட்டுக்கொள்ள இட்லி.. மேலே தூக்கி எறிந்த இட்லி வாய்க்கு எட்டுவதற்குள் கைக்கு எட்டிய ஐந்து இட்லிகளை சாம்பாரில் தொட்டுச் சாப்பிடு தல்... போன்ற பல 'இட்லி ட்ரிக்ஸ்' செய்து காட்டி என்னை அசத்தினான்.

என் நாக்கில் சனி! ''வீட்டைச் சுத்திப் பாக்கலாமா?'' என்றேன். ''அதுவும் கரெக்ட் அத்தான்... வீட்டைப் பாத்தா மாதிரியும் இருக்கும். சாப்பிட்ட இட்லி ஜீரணம் ஆகிப் பசியும் எடுக்கும்'' என்றான். அவன் சொன்ன மாதிரியே ஐந்து அறைகள் கொண்ட வீட்டைச் சுற்றிப் பார்ப்பதற்குள் ஆச்சாணி அண்ட் கோவுக்குக் குடலில் அமிலம் அபரிமிதமாகச் சுரக்க ஆரம்பித்துவிட்டது. நமக்கெல்லாம் சிறுகுடல், பெருங்குடல் என்றால் ஆச்சாணி குடும்பத்துக்கு வயிற்றில் இருப்பது வங்காள விரிகுடாக் குடல்கள் போலும்!

தலையைத் துவட்டிக் கொள்ளுதல், பின்பு வாரிக் கொள்ளுதல், டிரஸ் செய்து கொள்ளுதல் போன்ற குளித்த பின் சமாசாரங்கள் எதையும் செய்யாமல் கட்டிய டவலோடு பாத்ரூமிலிருந்து நேராகச் சமையல் கட்டுக்குள் பிரவேசித்தான் ஆச்சாணி. பரிவாரங்கள் ஏற்கெனவே அங்கு ஆஜராகியிருந்தன.

கண்களை மூடி அமர்ந்திருந்த ஆச்சாணியிடம் ''என்ன, சாப் பிடறதுக்கு முன்னாடி ஏதாவது சுலோகம் சொல்றீயா?'' என்று நான் கேனத்தனமாக கேட்க, ''நீ வேற... பசி கண்ணை இருட்டுது... அதான் மூடியிருக்கேன். சட்னு உன் பொண்டாட்டியைச் சோத்தைப் போடச் சொல்லு அத்தான்'' என்றானே பார்க்கலாம்!

மனைவி பரிமாறினாள். நியூஸ் ரீலில் நவகாளி யாத்திரையில் காந்தி வேகவேகமாக நடப்பாரே அந்த வேகத்தில் என் மனைவி பரிமாறும் அளவுக்கு ஆச்சாணி அண்ட் கோ சாப்பிட்டார்கள்.

எகிப்திய பிரமிடு சைஸுக்குச் சாதத்தைக் குவித்து அதன் உச்சியில் நடுவிரலால் ஒரு தெப்பக்குளம் வெட்டி அதில் நெய்யை ஊற்றச் சொன்னான் ஆச்சாணி. ஊற்றிய நெய்யில் அவன் உருவம் பிரதிபலித்தது. பிறகு அந்தச் சோத்து பிரமிடைக் கலைத்து, பிசைந்து சதுர வடிவில் ஒரு சமாதி கட்டி, அதில் நடுவிரலால் ரெண்டுக்கு மூணு சைஸில் ஒரு தொட்டி கட்டி அதில் சாம்பார் விட்டுக் கொண்டு, பிசைந்து, கிரிக்கெட் பால் சைஸுக்கு மூன்று உருண்டைகளாக மாற்றினான். இப்படியாக என் மனைவி உருளைக்கிழங்கு கறி கொண்டு வரும் வரை சாதத்தை வைத்துக் கொண்டு சதுரம். உருளை, கூம்பு என்று அல்ஜீப்ரா விளையாட்டு ஆடிய ஆச்சாணி, கறி வந்ததும் அதோடு சேர்த்து அனைத்தையும் ஒரே டேக்கில் முடித்தான். அடுத்தது ரசம். டம்ளர் டம்ளராக பிரளய கால ஊழிக் காற்றின் சத்தத்தோடு ரசத்தை விரசமாக உறிஞ்சினான். அதற்குள் என் மனைவி சாதம் போட, ஆச்சாணி இந்த முறை ஐந்து மாடிக்கு எம்.ஐ.ஜி. ப்ளாட் போல ஏதோ ஒன்று கட்டி, அதில் ஜன்னல் எல்லாம் வைத்து ரசத்தை ஊற்றி... ஒவ்வொரு மாடியாகச் சாப்பிட்டான்.

அழையா விருந்தாளி ஆச்சாணியின் இந்த அவஸ்தைகள் மறு ஒளிபரப்பு போல ஆறு நாட்கள் தொடர்ந்து நடந்தன. ஆவூரிலிருந்து சென்னைக்கு வந்த அவன் நோக்கமே 'என்னைத் தின்னு கொல்லும் திட்டமோ?' என்று எண்ணும் அளவுக்ககு வீட்டை விட்டுப் படி இறங்கவில்லை. சாப்பாடு... தூக்கம்... தூக்கம் சாப்பாடு... இப்படியே பொழுது போனது.

சில சமயம் பாதித் தூக்கத்தில் பசியால் துடிப்பது போல் கெட்ட சொப்பனம் கண்டு கண்விழிக்கும் ஆச்சாணி... தன்னைச் சுதாரித்துக் கொள்ள 'மோரைக் கொண்டு வா... பாலைக் கொண்டு வா...' என்று பசியின் விரகதாபத்தில் பிறாண்டுவான்.

ஆறு நாட்களில் என் தனதான்ய கிடங்குகள் சுத்தமாகக் காலியாயின. ஏதோ ஓர் ஆவூரிலிருந்து அத்தான் முறை கொண்டாடி வந்து காபி, டிபன் சாப்பாடு என்று கொட்டிக் கொண்டு என் வயிற்றெரிச்சலையும் கொட்டிக் கொள்ளும் ஆச்சாணியை எப்படிப் பழி வாங்குவது என நான் யோசித்த வேளையில்... ஆச்சாணியே வந்து ''அத்தான் நாளைக்கு ஊருக்குக் கிளம்பறேன்... இவ்வளவு பிரமாதமா சமைச்சுப் போட்ட உன் பொண்டாட்டிக்கும், செலவழிச்ச உனக்கும் ட்ரீட் தரலாம்னு பாக்கறேன்... ஏதாவது

ஓட்டலுக்குப் போகலாமா?'' என்று என்னிடம் கூறி மாட்டிக் கொண்டான்.

பழிக்குப் பழி... ரத்தத்துக்கு ரத்தம் போல் சாப்பாட்டுக்குச் சாப் பாடு என்றள விதத்தில், உயில் எழுதும் அளவுக்குச் சாப்பிட்டே எனக்கு உலைவைத்த ஆச்சாணிக்குப் பதிலடி கொடுக்க நினைத் தேன். காஸ்ட்லியான ஃபைவ் ஸ்டார் ஓட்டலுக்கு அழைத்துப் போய் ஆச்சாணிக்கு அறிமுகமில்லாத தந்தூரி அயிட்டங்கள் பன்னீர் பட்டர் மசாலா, மலாய் குஃப்தா, சைனீஸ் நூடூல்ஸ் போன்றவற்றை ஆர்டர் செய்து அவற்றைச் சாப்பிட முடியாமல் ஆச்சாணி திண்டாடி... முடிவில் அதற்கான ஆளுயர பில்லையும் கொடுக்க வைத்து வஞ்சம் தீர்த்துக் கொள்ளத் திட்டம் தீட்டினேன்.

ஐயகோ...! அங்கும் ஆச்சாணிக்கு அதிர்ஷ்டம்! ஆச்சாணி அண்ட் கோவோடு நான் நுழைந்த ரெஸ்டாரண்ட் தென்னிந்திய வீட்டுச் சாப்பாட்டு ராமர்களுக்காகப் புதிதாகக் கட்டப்பட்டதாம். ஃபைவ் ஸ்டார் ஓட்டலுக்குள் இப்படி ஒரு பீம் விலாஸ் இருப்பது எனக்கே அன்றுதான் தெரியும்.

மயில்கண் வேட்டியும் மஸ்லின் ஜிப்பாவும் அணிந்து நெற்றியில் நாமம் இட்டுக் கொண்டு ஆலூர் அரகஜா வாசனையோடு அண்ணல் ஆச்சாணியும்... அவனுடன் மனைவி சாருமதி மடிசாரில் பாந்தமாகப் பிள்ளை குட்டிகளுடன் பின்தொடர்ந்தாள். எப்போதும் ஜீன்ஸ், சல்வார் கமீஸ் என்று பார்த்துப் பார்த்து அலுத்துப்போன ரெஸ்டாரண்ட் வரவேற்பாளர் இவர்கள் ஐவரைப் பார்த்ததும் சந் தோஷத்தில் ஓடிவந்து ஆச்சாணியைக் கட்டித் தழுவி 'நின்னொடு அறுவரானோம்' என்று கண்களால் கூறினார்.

டேபிளில் தலைவாழை இலையைப் பார்த்ததும் ஆச்சாணிக்குப் பிறந்த வீட்டைப் பார்த்த பெருமை. அட்மாஸ்பியருக்காக அங்கு சர்வர்கள் பஞ்சகச்சத்துடன் ஆர்.எஸ். மனோகர் நாடகத்தில் வரும் வாயு பகவான் - வருணபகவான் போல சஞ்சரித்துக் கொண்டிருந்தார்கள்.

ஆச்சாணி அண்ட் கோவின் வரவு ரெஸ்டாரண்டில் போபால் விஷவாயு போல் பரவியது. சீஃப் குக் (பாலக்காடு ஐயர்) வந்து ஆச்சாணியிடம் ''சொல்லுங்கோ... என்னண்ணா வேணும்?'' என்று தாயினும் சாலப் பரிந்து கேட்டார். ஆச்சாணி இலைக்குத் தண்ணியைத் தெளித்துவிட்டு முதலாவதாக அவனது குலதெய்வமான இட்லியைக் கேட்டான். சீஃப் குக் இட்லி போடப் போட, 'ஆச்சாணி அண்ட் கோ' என்னமோ அன்னதானமாகப் பாவித்து, பில்லைப் பற்றிய கவலையே இல்லாமல் பொளந்து கட்டினார்கள். ஒரு இட்லியைச் சாம்பாரில் தோய்த்து, பல்லுப்

படாமல் சாப்பிட அரை மணி நேரமாகப் பிரயத்தனப்பட்டுக் கொண்டிருந்த ஒரு வெள்ளைக்காரர், ஆச்சாணியின் அசுர சாத னையைப் பார்த்து மெய்சிலிர்த்துப் போய், பிரசங்கம் முடிந்ததும் தட்டுவார்களே அதுபோலக் கைதட்டி ஆரவாரித்தார். அவரின் வேண்டுகோளுக்கிணங்க ஆச்சாணி என் வீட்டில் செய்த இட்லி ட்ரிக்ஸையெல்லாம் செய்து காட்டி அவரை ஸ்தம்பிக்க வைத்தான். அதற்குள் ஆச்சாணியின் டேபிளைச் சுற்றி வேடிக்கை பார்க்கக் கும்பல் கூடி விட்டது. பழிவாங்க நினைத்த எனக்குப் பலத்த அடி! இருந்தும் சாப்பிட்ட இட்லிக்கு ஆவூரையே அடகு வைத்தாலும் தேறாது என்ற தெம்பில் இருந்தேன். சீஃப் குக் வந்தார். கூடவே ஓட்டல் முதலாளியும் வந்தார். அன்று ரெஸ்டாரண்ட் ஆச்சாணியால் கலகலப்பான சந்தோஷத்தில் முதலாளி ஆச்சாணியை முக்கிய விருந்தினராகக் கௌரவித்து, பில்லைப் பற்றிய கவலையில்லாமல் எது வேண்டுமானாலும் சாப்பிடும்படி பிராாத்தித்துக் கொண்டார். மேலும் இந்த ரெஸ்டாரண்ட்டில் வேறு என்னல்லாம் செய்யலாம் என்று யோசனை கேட்க... ஆச்சாணி ஆரம்பித்தான்.

பசி எடுப்பதற்கான சில ராகங்களின் பெயர்களைக் கூறி (மேளகர்த்தாக்களில் இவை கிடையாது) அவற்றை வாசிக்கச் சொன்னான். 'கல்யாண சமையல் சாதம்' 'அன்னமிட்ட கை' போன்ற சாப்பாடு சம்பந்தமான பாடல்களை டேப் ரிக்கார்டரில் போடச் சொன்னான். சாப்பிட அடம்பிடிக்கும் குழந்தைகளைச் சரிக்கட்ட ஓரிரு சர்வர்களுக்குப் பூச்சாண்டி வேஷம் போட்டு நிற்க வைக்கும்படி கேட்டுக்கொண்டான். ஆண்கள் சாப்பிடும்போது, சாப்பிட்டு முடித்த மனைவிகளுக்குப் போரடிக்காமல் இருக்க மருதாணி இட்டு விடலாம் என்றும், வெறும் பாக்கு மட்டும் வைக்காமல் வெள்ளிப் பெட்டியில் வெற்றிலை சீவல், புகையிலை, பொடியர்களுக்குப் பட்டணம் பொடி போன்ற அற்ப லாகிரி வஸ்துக்களை வாசலில் வைக்கலாம் என்றும், புதன், சனி சாப்பிட வருபவர்கள் எண்ணெய் ஸ்நானம் செய்து கொள்ள இட வசதியும் சீயக்காய்ப் பொடி, எண்ணெய் சப்ளை செய்யலாம் என்றும் அடுக்கிக் கொண்டே போனான் ஆச்சாணி. முக்கியமாக அங்கிருந்த நாற்காலிகளை எடுத்துவிட்டு சாப்பிட மனை போட்டு உட்கார வசதி செய்து தரலாம் என்று ஆச்சாணி சொன்ன யோச னை முதலாளிக்கு ரொம்பவும் பிடித்துப் போய் அவனை முதுகில் தட்டிக் கொடுத்தார்!

ஆச்சாணி சொன்னதையெல்லாம் ஓட்டல் முதலாளி குறித்துக் கொண்டார். எப்போது வேண்டுமானாலும் வந்து சாப் பிட்டுவிட்டுப் போக ஆச்சாணிக்கு இலவச பாஸ் வழங்கினார்.

ஆசை தீரச் சாப்பிடுவதற்காகவே ஆண்டவனால் படைக்கப்பட்ட ஆச்சாணியிடம் நான் தோற்றேன்.

மறுநாள் ஆச்சாணி அண்ட் கோ என்னிடமும் என் மனைவியிடமும் பிரியாவிடை பெற்றார்கள்.

அன்று மாலை ஊரிலிருந்து வந்த என் தந்தையிடம் ஆலூர் ஆச்சாணியின் கொட்டத்தைக் கூறினேன்.

''ஆலூர் ஆச்சாணியா...? ஆச்சாணிங்கற பேர்ல நமக்கு உறவுல யாருமே கிடையாது... மேலும் ஆலூருக்கும் நமக்கும் சம்பந்தமே கிடையாது'' என்று என் தந்தை குண்டைப் போட்டார்.

''இல்லப்பா... நான் அவனுக்கு அத்தான் முறையாம்... என் கல்யாணத்துல அவன் சாப்பிடறா மாதிரி போட்டோ கூட காட்டினானே?'' இது நான்.

''போடா லூசு.. உன் கல்யாணத்தும் போதுதான் போட்டோவே எடுக்கலையே...''

அப்ப வந்த ஆச்சாணி யாரு? அவன் தவறி அட்ரஸ் மாறி வந்துட்டானா? இல்லை நான்தான் ஏமாந்துட்டேனா? இல்லை அவன் ஏமாத்திட்டானா...? சுத்தமா புரியலை...

ஆனால், ஒன்று... ஆச்சாணி தங்கிய அந்த ஏழு நாட்கள் சமைத்துப் போட்டதில் என் மனைவி இப்போதெல்லாம் தினமும் எழுபது எண்பதுக்குக் குறையாமல் இட்லி செய்கிறாள். சாதம் மினிமம் நான்கு ஐந்து படிகள் வடிக்கிறாள். இப்படி எல்லாமே அதிகப்படியாகச் செய்யும் பழக்கம் வந்துவிட்டது. அதனால் அவற்றை வேஸ்ட் செய்யாமல் இருக்க நானும் கொஞ்சம். கொஞ்சமாக அதிகப்படியாகச் சாப்பிட ஆரம்பித்துவிட்டேன். அஜீரணம், அல்சர், பசியின்மை போன்ற உபாதைகள் ஆச்சாணியின் வரவால் விலக ஆரம்பித்திருக்கின்றன. சொல்ல முடியாது... அடுத்த வருடத்துக்குள் நானும் ஓர் ஆச்சாணி ஆகலாம். அப்படி ஆகும் பட்சத்தில் எப்படியாவது ஆலூருக்குச் சென்று ஆச்சாணியைத் தேடிப்பிடித்து ஐந்து நாட்கள் தங்கி, சாப்பிட்டுப் பழி வாங்காமல் திரும்பமாட்டேன்!

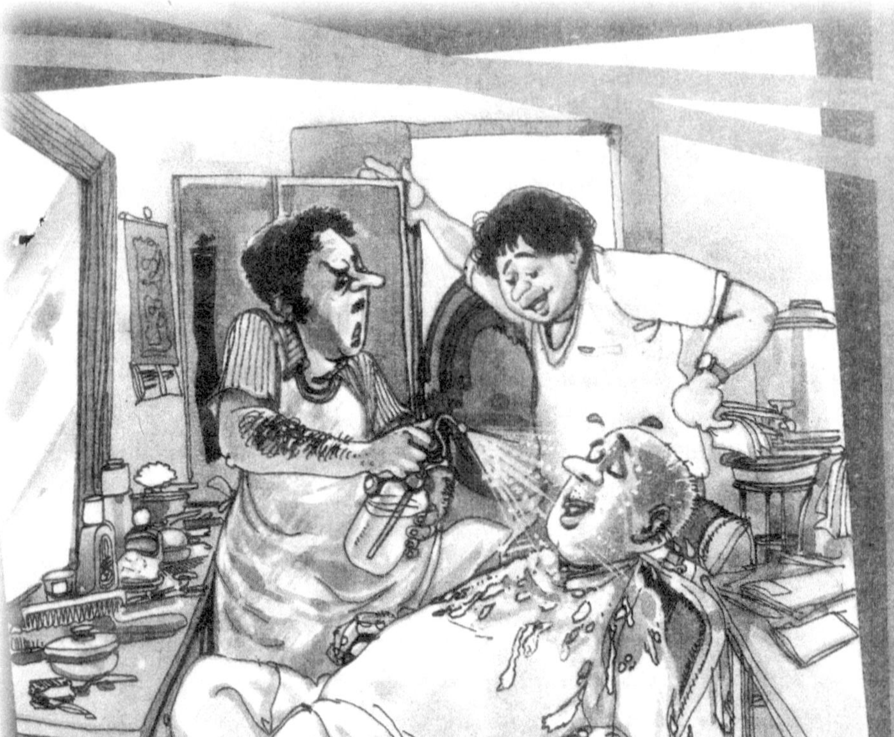

'சிகையலங்கார சிரோன்மணி' சின்ன கேசவன்!

எங்கள் கூட்டுக் குடும்பத்தின் ஆஸ்தான சிகையலங்கார சிரோன்மணி சென்னகேசவனிடம் என்னை கிராப் செய்து கொள்ளச் சொல்லி என் தாத்தா ஆணையிடும் போதெல்லாம் நான் திருப்ப திக்கோ, திருத்தணிக்கோ எதையாவது வேண்டிக் கொண்டு சென்று விடுவது வழக்கம். காரணம், எப்படியும் சென்னகேசவனிடம் சிக்கினால் கத்தரிக்கோலால் ஒரு தனி ஆவர்த்தன கொன்னக்கோல் வாசித்து, கிராப் என்ற பெயரில் தலையை ரேப் செய்து வகிடு காணாமல் 'வேண்டுதல் மொட்டை'யடித்து விடுவான். பார்க்க சாதுவாகத் தோற்றமளிக்கும் சென்னகேசவனுக்கு, கத்தரிக்கோலை எடுத்தால் ஆவேசமே வந்துவிடும்.

சந்யாசம் வாங்கிக் கொள்ள விரும்புகிறவர்கள் காஷாயத்தோடு சென்னகேசவன் சலூனுக்குச் சென்று சுழல் நாற்காலியில் அமர்ந்தால் போதும். மலைப் பாதையில் பஸ்ஸைச் செலுத்த டிரைவர் ஸ்டியரிங்கைச் சுழற்றிச் சுழற்றி ஓடிப்பது போல, சென்னகேசவன் சுழல் நாற்காலியை ஆவேசமாகச் சுழற்றி, அமர்ந்தவர்க்கு நிஷ்டையும், அரை நொடியில் மொட்டையும் அடித்து விடுவான்.

அதே போல் சென்னகேசவனிடம் செல்பவர்கள் பவ்யமாக 'ஆடாது அசங்காது நாற்காலியில் அமர் கண்ணாவாக' இருக்க வேண்டும்... மூக்கு நுனியில் விழுந்த முடியின் கிச்சுகிச்சுப்பு தாளாமல் தும்மித் தலையை ஆட்டியதால், ராமர் அணிலுக்கு முதுகில் மூன்று கோடு போட்டது போல, எனது சித்தப்பாவுக்கு சென்னகேசவன் கத்தியால் போட்ட இரண்டாவது வ(கி)டு இன்னும் மறையாமல் அப்படியே இருக்கிறது.

எங்கள் காலனியில் உள்ள எல்லோரும் பீதியால் பகிஷ்கரித்த சென்னகேசவனுக்கு என்னுடைய தாத்தா மட்டும் அபயஹஸ்தம் அளித்து, அவனுடைய பாசறைக்கு சிரச்சேதம் செய்துகொள்ள எங்களைப் பலவந்தப்படுத்துவார்...

சுதந்திரப் போராட்ட காலத்தில் தாத்தாவும் சென்னகேசவனும் மயிலாப்பூர் சார்பாக மகாத்மா காந்தியின் 'க்விட் இண்டியா' போராட்டத்தில் பங்கேற்று, எங்கள் காலனியில் உள்ளவர்களுக்கே தெரியாமல் ரகசியமாக மொட்டை (!) மாடிக்குச் சென்று 'வெள்ளையனே வெளியேறு' என்று மனசுக்குள் மூன்று முறை உரக்கக் கோஷமிட்டு, தொழிலில் வேறுபட்டாலும் தியாகத்தால் ஓர் தலை ஈர் கிராப்பு என இரண்டறக் கலந்தார்கள்.

சுதந்திரம் கிடைத்தவுடன் என் தாத்தாவுக்கும் சென்னகேசவனுக்கும் இருந்த தேசப்பற்று கேசப் பற்றாக மாறிவிட்டது.

தளர்ச்சி நடுக்கத்தால் கஸ்டமரின் தாடியை 'கிராப்' செய்யும்

அளவுக்கு மூப்பு திடீரென்று தாக்கவே, ஐந்து வருடங்களுக்கு முன்பு சென்னகேசவனின் சகாப்தம் முடிவுற்றது. மயக்கமுற்று உயிர் பிரியும் தறுவாயில் இருந்த சென்னகேசவன் தடாலென மயிரிழை நேரம் மயக்கம் தெளிந்து, தனது ஒரே சொத்தான சலூனைத் தனது ஒரே மகனான சின்னகேசவனுக்குத் தாரை வார்த்த பிறகு சிரித்த முகத்தோடு உயிர் துறந்தான்.

சென்னகேசவன் அமரனானதைச் சாக்காக வைத்து எங்கள் குடும்பத்தில் உள்ளவர்கள் 'ஆடுவோமே பள்ளுப் பாடுவோமே' பாடாத குறை! தங்கள் தலைவிடுதலை பெற்ற ஆனந்தத்தில் ஆளுக்கொரு சலூனுக்குப் போக ஆரம்பித்தார்கள். சென்னகேசவன் மீது வைத்த நட்புக்கு அடையாளமாக அவன் போன பிறகு என்னுடைய தாத்தா தியாகத்தின் பிரதிபிம்பமாக, ஞானபீட அவார்டு வாங்கும் எழுத்தாளர்கள் போல, வெண்சாமரத் தாடியோடு இருக்க வீர சபதம் செய்துகொண்டு விட்டார்.

இப்படி ஆதரித்து வந்த எங்கள் குடும்பமும் 'அம்போ'வென்று சென்னகேசவன் சலூனை ஓரம் கட்டிவிட, சென்னகேசவன் முன்பு செய்த தப்புக்குத் தண்டனையை அவனுடைய மகன் சின்ன கேசவன் அனுபவித்து வந்தான். பாவம் சின்னகேசவன்! தொழில் சுத்தம் இருந்தும். தந்தையால் சலூனுக்குக் கிடைத்த கெட்ட பெயரைத் தன் திறமையால் போக்க, தினமும் சலூனைத் திறந்து மனம் தளராமல் 'வருவான் முடிவேலன்' என்ற பாவத்தில் கஸ்டமருக்காகக் காத்திருப்பான்...

என் தாத்தாவுக்கு சென்னகேசவன் போல எனக்கு சின்னகேசவன் 'வாடா போடா' பள்ளித் தோழன். ஏழாம் கிளாஸில் சரித்திர வாத்தியார் ''இந்தியாவின் மீது படையெடுத்த மொகலாய மன்னர் யார்?'' என்று கேட்டபோது, சற்றும் தயங்காமல் பளிச்சென்று பாபர் என்பதற்குப் பதிலாக 'பார்பர்' என்று பதிலளித்துச் சின்னகேசவன் காட்டிய தொழில் சிரத்தை என்னை நெகிழ வைத்தது. இந்த இரக்கத்தின் விளைவே இன்றும் என் குடும்பத்தில் நான் மட்டும் கட்சி தாவாமல் சுயேச்சையாக சின்ன கேசவனை ஆதரித்து வருகிறேன்.

மூன்று மாதங்களுக்கு முன்பு ஒரு நாள் நான் கிராப் செய்து கொள்ளச் சென்றபோது, சின்ன கேசவன் சுழல் நாற்காலியில் உறங்கிக் கொண்டிருந்த ஒரு விளாம்பழ மண்டைக்காரரை எழுப்ப பிரும்மப் பிரயத்தனப்பட்டுக் கொண்டிருந்தான்.

சின்னகேசவன் : *(சுழல்நாற்காலியில் கண்ணை மூடிக்கொண்டு அமர்ந்திருந்தவரை கண்மூடித் தனமான ஹரியானா பம்பர் லாட்டரி குலுக்கல் மாதிரி தோளைப் பிடித்துக் குலுக்கி...)* அய்ய... தே...

மாணிக்கம்... வெளையாடாதீங்க எந்திரிங்க... கிராப் பண்ணி முடிச்சாச்சு. (சலனமே இல்லாத அவரை மறுபடி குலுக்கலில் புரட்டி எடுத்து...) மணி பாருங்க எட்டரை ஆவுது.. நீங்க போய் உங்க மளிகைக் கடையைத் தொறக்கத் தாவலை? அய்ய மாணிக்கம், எந்திரிங்க... அடம் புடிக்காதீங்க...

நான் : (பெஞ்சில் அமர்ந்து பலான பத்திரிகையைப் புரட்டிய படி...) கேசவா... என்னடா தகராறு?

சி. கேசவன்: (விரக்தியோடு) தெரியலைடா... தோ இந்த மாணிக்கம் பக்கத்துத் தெருவுல மளிகைக் கடை வச்சிருக்கார்... விடிகாலைல அஞ்சரை மணிக்குக் கடை தொறக்கச்சொல்ல கிராப் பண்ணிக்க வந்தார்... அஞ்சரைலேந்து ஆறு மணி வரை முடி வெட்டினேன்... அப்பால 'எஸ்ட்ரா'துட்டு தரேன். மண்டைல மஸாஜ் பண்ணிவிடு'ன்னு மெதப்பா சொன்னார்... எம் போறாத வேளை மஸாஜ் பண்ணித் தொலைச்சேன்... அப்ப கண்ணை மூடினவர்தான், இன்னும் தொறக்கலை...

நான் : (ஆச்சரியமாக) ஆறு மணிக்குக் கண்ணை முடினவர்... மணி எட்டரை ஆவுது... இன்னுமா கண்ணைத் தொறக்கலை.. கிளுகிளுப்புல சொக்கற அளவுக்கு அப்படி என்ன மஸாஜ் பண்ணே...? நம்பவே முடியலையே...!

சி.கே.: (வெறுப்போடு) ஆமாண்டா... நான் என்ன பொய்யா சொல்றேன்... (இன்றே கடைசி குலுக்கல் நாள் என்ற ஆவேசத்தில் மாணிக்கத்தைப் பயங்கரமாக உலுக்கியும் எழுந்திருக்காததால்) மஸாஜ் சொகத்துல சொக்கிப் போய்த் தூங்கிட்டானா...? இல்லை சொரணை போய் மயக்கமாயிட்டானான்னு கூட விளங்கலையே...

நான் : முகத்துல ஜலம் அடிச்சு பார்க்கறதுதானே...?

சி.கே.: இதைப் பாத்தியா... (தலையில் நீர் தெளிக்க சலூனில் இருக்கும் பாட்டில் சிரிஞ்சைக் காட்டி...) இத்தால இருவது தபா தோட்டக்காரன் புல்லுக்கு அடிக்கறா மாதிரி வேகமா அடிச்சேன்... அந்த வேகத்துக்கு இந்நேரம் செத்துப் போனவங்ககூட லேசா பொரண்டு படுப்பாங்க... இவருக்கு பம்ப் செட் வச்சுதான் தண்ணி அடிக்கணும் போலருக்கு.

நான் : ஆமாம் கேசவா... நீ இந்தாளுக்கு எங்க மஸாஜ் பண்ண...?

சி.கே.: பின் மண்டைல.. பிடரிகிட்ட...!

நான் : (அருகில் சென்று மாணிக்கத்தைப் பார்த்துவிட்டு...) சே...! இந்தாளுக்கு இருக்கற வழுக்கலை பின்மண்டை எது முன் மண்டை எதுன்னே தெரியலையே...!

சி.கே: நீ என்ன நெனைக்கற... இது மயக்கமா, இல்லை வெறும் அசதி மௌனமா...?

நான் : சொல்ல முடியாது... அகால மரணமாக்கூட இருக்கலாம்! நீ மஸாஜ் பண்றேன் பேர்வழின்னு எக்கச்சக்கமா ஏதாவது நரம்பைப் பிசக வச்சுப் பிராணன் போயிருக்கலாம் இல்லையா...?

சி.கே.: (கலவரம் முகத்தில் படர...) சே...! சே...! அப்படில்லாம் இருக்காது... இது வெறும் தூக்கம்தான்...

நான் : தூக்கம்னு எப்படிச் சொல்ற...?

சி.கே.: எட்டு மணிவாக்குல லேசா சிரிச்சாரே... தூக்கத்துல கனவு வந்தாத்தானே..

நான் : (முடிக்க விடாமல்) உம்மாச்சி பூ காட்டியிருப்பார்... சிரிச்சாராமில்லே! இவர் என்ன குழந்தையா...? கடாடா! கேசவா, உனக்கு ஒண்ணு தெரியுமோ.. உயிர் போறச்சே கூட சிரிப்பு வரும்.. நீ கேள்விப்பட்டதில்லை... 'அன்னார் சிரித்த முகத்தோடு உயிர் துறந்தார்'னு பத்திரிகைல கூட வருமே...!

சி.கே.: சும்மா இருடா... காப்ரா பண்ணாத... அப்பால என் கடைப் பக்கம் தலை வச்சு ஒரு பய படுக்க மாட்டான்... (தலையில் அடித்துக் கொண்டு...) எம் புத்தியை செருப்பால அடிக்கணும்... தெரியாத்தனமா இதுக்குப் போய் மஸாஜ் பண்ணிட்டேன்... தரித்திரம் புடிச்ச ஆளு என் தாலியை அறுக்கறான்... (கொஞ்சும் குரலில் அவர் காதருகே...) மாணிக்கம்... எந்திரிங்க மாணிக்கம்... (என்னிடம்...) டேய்.. இந்தாளை எழுப்ப எதினாச்சும் ஐடியா கொடுடா...

நான்: (பல்லால் நகத்தைக் கடிக்காமலேயே பளிச்சென்று ஒரு ஐடியா தோன்றியது...) கேசவா... இவர் என்ன கடை வச்சுருக்கார்?

சி.கே.: மளிகைக் கடை...ஏன்...?

நான் : இப்ப பாரு... (மாணிக்கத்தின் காதருகில் சென்று...) யோவ் மாணிக்கம்... நாலணாவுக்கு உப்பு... எட்டணா வெல்லம் சுருக்க பொட்டலம் கட்டுவே.. ஆத்தா கூவுது பார்... அப்படியே உம் பேரை சொல்லி ஒடச்சகடலை எடுத்துக்கறேன்... இன்னா...?

மாணி : (வேப்பிலை அடித்தவர் போல வாரிச் சுருட்டி எழுந்துகொண்டு...) யோவ், கஸ்மாலம்... காலீல கடை தொறக்கச்சொல்ல கழுதையாட்டம் கத்தற... ஒடச்ச கடலையைத் தொட்ட, கையை ஒடிச்சுடுவேன்! எடுய்யா கையை...

சி.கே.: (மாணிக்கம் எழுந்த சந்தோஷத்தில்...) மாணிக்கம் எழுந்துட்டார்.. டேய்... டக்கர் ஐடியாம்மா.. எப்படித் தோணிச்சு உனக்கு...?

நான் : ரொம்ப சிம்பிள் லாஜிக்... எந்தத் தொழில் செய்யற வியாபாரியை வேணா எடுத்துக்கோ... அவனுக்குப் பத்து நல்ல கஸ்டமர்ஸ் இருந்தா... அவன் பிராணனை வாங்கறதுக்குனு ரெண்டு கஸ்டமர்ஸாவது இருப்பாங்க... இந்த ரெண்டாவது டைப் கஸ்டமர்ஸ் மாதிரி பேசினா போறும்... அடிச்சுப் போட்டா மாதிரி தூங்கிண்டிருந்தாக் கூட அந்த வியாபாரி அலறிப் புடைச்சிண்டு எழுந்துப்பான்... இப்ப உனக்கே சும்மா வந்து ஓஸில பேப்பர் படிச்சுட்டு கண்ணாடில தலையை உன் கடை சீப்பால வாரிண்டு கிராப் பண்ணிக்காம போறவனைப் பாத்தா பத்திண்டு வராதா... அது மாதிரிதான்!

மாணி : (தொழில் ஞாபகத்தில் தடாலென எழுந்துவிட்டாலும், மஸாஜ் தந்த மப்பு முழுவதும் கலையாததால் முனகலோடு...) நான்... இப்ப இழக்கழ எதம் என்ன எதம் (''நான் இப்ப இருக்கற எடம் என்ன எடம்'' என்பதை மழலையில் மொழிபெயர்த்தார்...)

நான் : சொல்றேன்... மொதல்ல இந்த ஜலத்தை மொகத்துல தெளிச்சுக்குங்க...

மாணி : (ஸிஸேரியன் பிரசவத்துக்குப் பிறகு சிரமப்பட்டுப் பேசும் தாய் போல சன்னமான குரலில்...) தெம்பு இல்ல... தயவுசெஞ்சு நீங்களே என் மொகத்துல தண்ணியைத் தெளிச்சுடுங் களேன். (மறுபடி ஒரு பாட்டில் சிரிஞ்ச் தண்ணீர் அடித்துக் கொண்டு பரவசப்பட்டுவிட்டு) ம்... இது என்ன இடம்...?

நான் : (உரக்க...) சலூன்! பார்பர் ஷாப்... முடி வெட்டிக்கற எடம் (சின்ன கேசவனிடம்...) நியாயமா பார்த்தா இவருக்கு இருக்கற வழக்கைக்கு இது மாதிரி ஒரு எடம் இருக்குனு இவருக்குத் தெரிஞ்சிருக்கறதே பெரிய ஆச்சரியம்! (மறுபடி மாணிக்கத்திடம்) யாரோ உங்களுக்கு வேண்டாதவங்க உங்களைப் பழிவாங்கறத்துக்காக உங்க மனசைக் கலைச்சு கிராப் பண்ணிக்க அனுப்பியிருக்காங்க...

மாணி : (சுற்றுமுற்றும் பார்த்துவிட்டு சின்னகேசவனைப் பார்த்ததும் மாணிக்கத்தின் மலரும் நினைவுகள் மெள்ள மெள்ள விரிய ஆரம்பித்தது...) சின்னகேசவா... நீ சின்னகேசவன்தானே...-?

சி.கே. : (கடந்த மூன்று மணி நேரமாகக் குந்தித் தன் கழுத்தை அறுத்த மாணிக்கத்தை எரிச்சலோடு பார்த்து...) சின்ன கேசவான்னு எம் பேரைத் தெளிவா சொல்லிட்டு அப்புறம் என்ன நீ சின்ன கேச வன்தானான்னு கேனத்தனமா ஒரு கேள்வி... எந்திரிச்சுப் போய்யா...

மாணி : சின்னகேசவா... நான் எதுக்கு இங்க வந்தேன்?

சி.கே. : மாணிக்கம்... நீங்க வரச்சொல்ல இதே கேள்வியை

நான் உங்ககிட்ட கேட்டேன்.. நீங்கதானே உள்ளே வந்து கிராப் செய்யுன்னு அடம் புடிச்சீங்க...

மாணி : (பரிபூரண நார்மலுக்குத் திரும்பிய தெம்போடு...) கிராப்பை விடு... நான் எப்படி மயக்கமானேன்... அதைச் சொல்லு... சின்னகேசவா, நீ என்ன பண்ண...?

சி.கே.: அ... இவரு பெரிய தமிழ் சினிமா கதாநாயகி... இவரை நான் கடத்திண்டு வந்து கற்பழிச்சுட்டேன்... அப்படியே ஓங்கி அறைஞ்சேன்னா தெரியும்...

நான் : (சின்னகேசவனைப் பிடித்து இழுத்து...) சும்மா இரேண்டா... *(மாணிக்கத்திடம்)* ... ஒண்ணுமில்லை... சின்னகேசவன் உங்களுக்கு மஸாஜ் பண்ணியிருக்கான்.. உங்க தலைக்கு மஸாஜ் ஒத்துக்கலை போலருக்கு... மயக்கம் போட்டுட்டீங்க...

மாணி : (சி.கேசவனிடம்) யோவ்... உன்னை யாருய்யா எனக்கு மஸாஜ்லாம் பண்ணச் சொன்னது.. கிராப்போட நிப்பாட்டிக்க வேண்டியதுதானே...?

சி.கே.: எம் மனசுக்கு இஷ்டமில்லாம தான் உனக்கு கிராப்பே செஞ்சேன்... அதுக்கப்பால நீதான் மைனராட்டம் மஸாஜ் பண்ணச் சொன்னே... நான் செஞ்சேன்...

மாணி : (என்னிடம்...) புளுகறான் சார்... *(சி. கேசவனிடம்...)* யோவ்... நான் மஸாஜ் பண்ணிவிட கேட்டேங்கறதுக்கு என்னய்யா அத்தாட்சி?

சி.கே. : (படு காண்டாகி...) அத்தாட்சி என்ன அத்தாட்சி... பார்பர் ஷாப் வரவங்ககிட்ட ஸ்டாம்ப் பத்திரம் எழுதித் தாசில்தார் முத்திரை குத்தி வாங்கிண்டா இதெல்லாம் செய்வாங்க... *(உச்ச கட்ட வெறுப்பில் ஒன்றும் பேச முடியாமல் உத்வேகம் தணிந்து...)* சரிய்யா... தெரியாத்தனமா நான்தான் மஸாஜ் பண்ணிட்டேன்... போறுமா...? அதுக்கு அபராதமா நீ கிராப் வெட்டிக்கினதுக்குத் துட்டு தர வேணாம்... ஆனா ஒண்ணு... இனி ஒரு தபா முடிவெட்டிக்க தயவுசெஞ்சு என் சலூனுக்கு வராதே... ஆமாம்...

மாணி : ஏன்...?

சி.கே. : ஏனா (விரக்தியாகச் சிரித்து...) யோவ்... கேட்டுக்க.. மாசத்துக்கு ஒரு தபா முடிவெட்டிக்கணும்கறதெல்லாம் தலைல நெறைய முடி உள்ளவங்களுக்காக வச்ச வழக்கம்யா... உனக்கில்லை...உனக்குத் தலைல மேஜரா இருக்கறதே வழுக்கை... *(என்னிடம்...)* இந்த அழகுலே... இந்தாளுக்கு என்னா தெனாவட்டு தெரியுமா... கிராப் பண்ண ஆரம்பிக்கச்சொல்ல ரொம்ப கனகாரியமா என்கிட்ட 'கேசவா... போனவாட்டி செஞ்சா மாதிரி இந்த வாட்டி

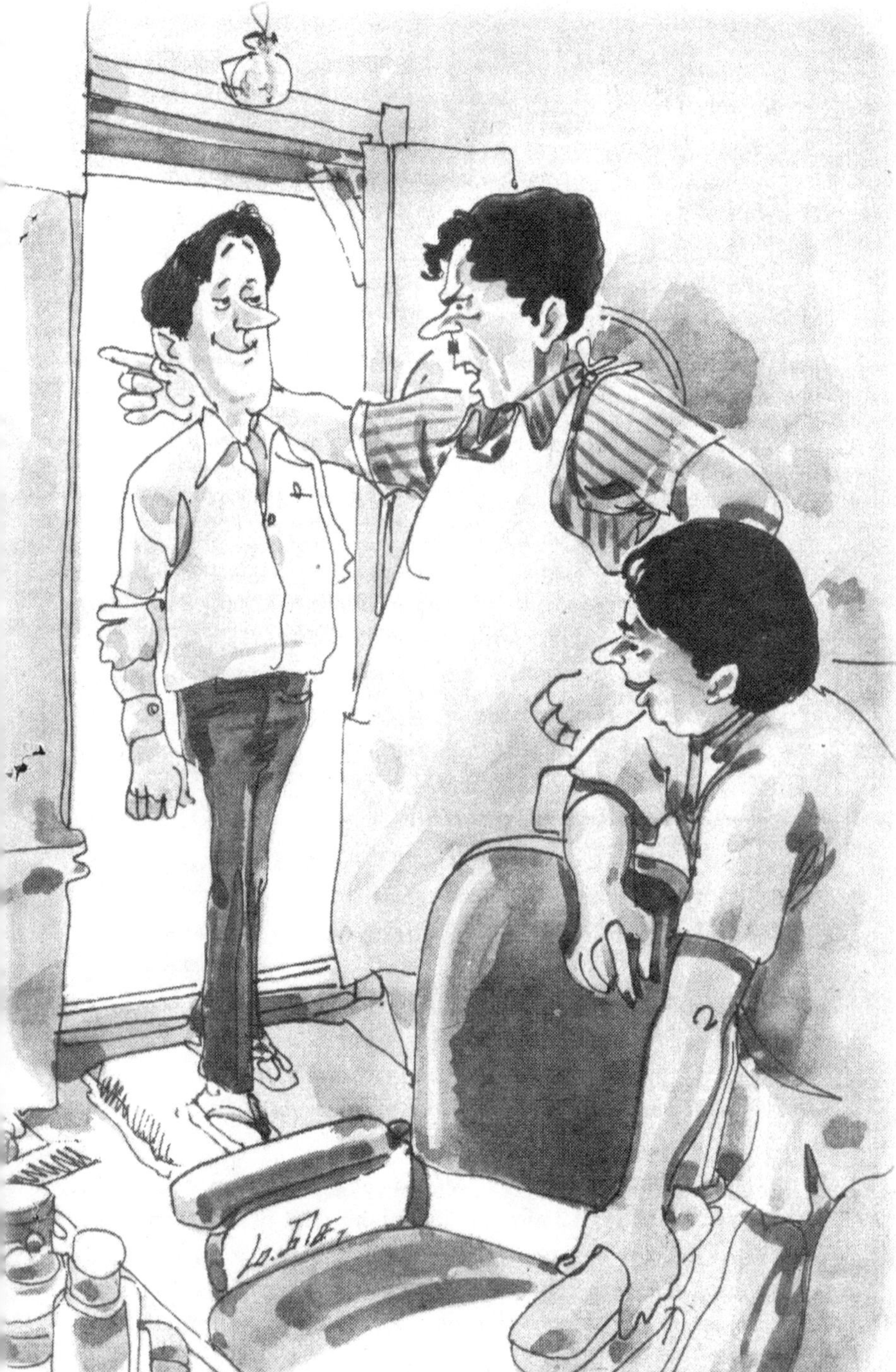

ஷார்ட்டா வெட்டாதே... கொஞ்சம் லாங்கா வெட்டுங்கறான்..!

மாணி : யோவ்... காசு நான் தரேன்... என் இஷ்டப்படிதான்யா நீ வெட்டணும்...

சி.கே.: (கையெடுத்துக் கும்பிட்டு...) மாணிக்கம்... நான் வேணா மாசா மாசம் மூணு ரூபா உனக்கு தந்துடறேன்... நீ கடைப்பக்கம் உன் தலையைக் காட்டாதே... உன் வழுக்கையைக் காட்டாதே... புரிஞ்சுதா... (என்னிடம்...) இந்தாளுக்கு கிராப் பண்ண பயமாயிருக்குடா... என்னவோ மண்டைல பெரிய ஆபரேஷன் பண்ணறாமாதிரி ஒரு ஃபீலிங்.. சொன்னா நம்ப மாட்டா. இவன் வழுக்கை மண்டைல சிசர் போட்டா அது உராசி நெருப்புப் பொறி வருதுடா... ஃபயர் எஞ்சினைப் பக்கத்துல வச்சுண்டுதான் இந்த ஆளுக்கு வெட்டணும்...

மாணி : (முகத்தில் அதிருப்தியோடு என்னிடம்) இவர் சரியில்லை சார்... நான் கடையை மாத்திக்க வேண்டியது தான்... எப்படி அசிங்கமா கிராப் பண்ணியிருக்கார் பாருங்க சார் (என்னருகில் வந்து தன் சொட்டைத் தலையை க்ளோஸப்பில் காட்ட எனக்கு கோழி முட்டையைப் பிரும்மாண்டமாக த்ரிடியில் பார்த்த எஃபெக்ட் கிடைக்கிறது...) ஏற்கெனவே எனக்குத் தலை வழுக்கை...

சி.கே.: (முடிக்க விடாமல் முந்திக் கொண்டு...) மாணிக்கம் கவனமா கேட்டுக்கோ... சில எடங்கள்ள முடி இல்லேண்ணாத்தான் அதுக்குப் பேர் வழுக்கை... உனக்கு சுத்தமா இல்லை... இது பேர் வழுக்கை இல்லை, பொக்கை...

மாணி : (என்னிடம் ஆதங்கத்தோடு...) பாருங்க சார்... சொல்லச் சொல்ல கேக்காம இப்படி ஷார்ட்டா வெட்டிட்டான். நீங்களே மனசைத் தொட்டு சொல்லுங்க... இது வளர்ற வரைக்கும் நான் எப்படி சார் வெளில நடமாட முடியும்... அசிங்கமாயிருக்காது?

சி.கே. : (நக்கலாக...) இந்தளவு வழுக்கையை வச்சுண்டு நீ வெளில தலை காட்டறதே அசிங்கம்... (மாணிக்கம் கன்னத்தில் இடித்து...) இந்த அழகுல உனக்கு நடமாட வேற ஆசை... வெக்கமாயில்லை... போய்யா வெளில! இனி கடைப்பக்கம் வராத நீ...

மாணி : போறேன்யா... பொல்லாத சலூன் வச்சுட்டே... (கித்தாப்போடு என்னிடம்) இவன் இல்லாட்டி என்ன.. பக்கத்துத் தெருவுல ஒரு சலூன் இருக்கு... அங்க உசத்தியா இந்த ஸ்டெப்கட்டிங்லாம் பண்ணிவுடறாங்களாம்... நான் அங்க போய் ஸ்டெப் கட்டிங் பண்ணிக்கறேன்... என்ன சார் சொல்றீங்க...

நான் : (வாய் தவறி...) நீங்க ஸ்டெப் கட்டிங் பண்ணிக்கப்

போறீங்களா... மிஸ்டர் மாணிக்கம், இட் ஈஸ் ஹை டைம் யூ மஸ்ட் ஸ்டாப் கட்டிங்.

(மாணிக்கம் கோபத்துடன் வெளியேறுகிறார். அப்போது டீசன்ட்டாக டிரஸ் அணிந்து ஒருவர் உள்ளே வருகிறார்... சின்னகேசவன் அவரைப் பார்த்தவுடன் கலவரத்துடனும் கோபத்துடனும் பாய்கிறான்...)

சி.கே.: (டீசன்ட்டாக வந்தவரிடம்...) யோவ்... வெளில போய்யா... இப்பத் தான் ஒரு அவஸ்தை ஒழிஞ்சுதுன்னு சந்தோஷமா இருக்கேன்... அடுத்து நீ வேற வந்து என்னை வெறியேத்தாத..

நான் : (சி.கேசவனிடம்...) ஏண்டா... இவரும் மஸாஜ் கேஸா...?

சி.கே. : (அலுப்போடு...) இல்லடா.. இது வேற டைப்... வாரத்துக்கு ஒரு தபா வருவார்.. இந்த சுத்தற நாற்காலில இவரை உக்கார வச்சு அரை மணி நேரம் நான் சுத்தி விடணும்... அதுக்கு வாடகை ஒரு ரூபா கொடுத்துட்டுப் போவார்... *(டீஸன்ட்டாக வந்தவரிடம்...)* 'தோ பார் சார்... க்ளீனா சொல்றேன்.. கேட்டுக்க... முடி வெட்டிக்க வரதா இருந்தா வா.. இந்த நாற்காலில குந்த வச்சு சுத்தி வுடற வெள்ளாட்டெல்லாம் வச்சுக்காத... நீ தலை சுத்தி மாணிக்கம் போல மயக்கம் போட்டு வப்பே... நான் உன்னைத் தண்ணி அடிச்சு எழுப்பிக்கினு இருக்கணும்... தலையெழுத்தா... பீச்சுல ராட்டினம் இருக்கு... அங்க போ..

நான் : (டீஸ்ன்ட்டாக வந்தவரை வினோதமாகப் பார்த்து...) ... சார்... கேக்கறேன்னு தப்பா எடுத்துக்காதீங்க... எதுக்காக இந்த நாற்காலில உக்கார வச்சு சுத்திவுடச் சொல்றீங்க... வேண்டுதலா?

சி.கே. : ஒரு அல்ப ஆசைதான்... பப்ளிக்கா ராட்டினம் சுத்த வெக்கம்... அதான் இங்க வந்து என் உயிரை வாங்கறார்...

நான் : (டீஸன்ட்டாக இருப்பவரிடம்) ... பார்த்தா பெரிய மனுஷனா இருக்கீங்க... ஏன் இப்படிக் குழந்தையாட்டம் நாற்காலில உக்கார வச்சு சுத்தி விடற விளையாட்டு... வெக்கமாயில்லை....?

டீஸன்ட்டாக வந்தவர்: இதுல என்ன வெக்கம்...பெரியவனா இருந்தா என்ன... இப்படிப்பட்ட அல்ப ஆசைகள்லாம் இருக்கக்கூடாதா...? என்னைப் பொறுத்த வரை மனசுக்குப் புடிச்சதை பண்ணிடணும்.. நான் கொஞ்சம் ரெவல்யூஷனரி டைப் ஆசாமி...''

நான் : எனக்குத் தெரிஞ்சு ரெவல்யூஷனரின்னா புரட்சிகரம்னு அர்த்தம்.. நாற்காலில உக்காண்டு சுத்தறது வெறும் ரெவல்யூஷன்...

நீங்க புரட்சிகரமான ஆசாமி இல்லை… சுழற்சிகரமான பேர் வழி… உங்க பேர்…?

டீ.வ. : எம் பேர் ரங்கராஜன்…

நான் : ரங்கராட்டினம் அப்படீன்னு மாத்திண்டுருங்க…

டீ.வ : (பயங்கரமாகச் சிரித்துவிட்டு என் முதுகில் ஒரு கோட்டை அறை அறைந்து…) குட் ஐடியா.. மொதல் காரியமா கெஸட்டுக்குப் போய் எம் பேரை ரங்கராட்டினம்னு மாத்திக்கறேன்.. (புது பேர் கிடைத்த சந்தோஷத்தில் அந்த வளர்ந்த குழந்தை வெறித்தனமாக வெளியேறியது…)

சி.கே. : (அசோகவன சீதை போஸில் பெஞ்சில் அமர்ந்து)… பார்த்தியாடா என் பொழப்பை… சலூனுக்கு ஆளே வரது கிடையாது… அப்படியே வந்தாலும் பலூனாட்டம் சொட்டையோட மாணிக்கம் மாதிரி வராங்க… இல்லை இப்ப வந்துதே ஒரு பித்து… பலூன் வச்சுண்டு விளையாடற குழந்தையாட்டம் நாற்காலில குந்த வச்சு சுத்தி வுடுன்னு படுத்துற கேஸா இருக்குது… சேத்தரி!

நான் : தோ பார் கேசவா… தப்பு உம்பேர்லயும் இருக்கு… காலம் இப்ப ரொம்ப மாறிப் போயிடுச்சு… அதுக்குத் தகுந்தா மாதிரி நீ உன் கடையையும் மாத்திடணும்… அப்புறம் பாரு… உன் சலூனுக்கும் சிண்டைப் பிச்சுக்கற கும்பல் வரும்.. மொதல்ல இந்தக் கண்ணாடியைத் தூர எறிஞ்சிட்டு வேற நல்ல கண்ணாடி வாங்கி வைடா…

சி.கே : ஏன்…? இந்தக் கண்ணாடிக்கு என்ன குறைச்சல்…?

நான் : நல்ல கண்ணாடியா இருந்தா நாம பார்த்தா நம்ம மூஞ்சியைப் பளிச்சுனு காட்டும்… சுமாரான கண்ணாடியா இருந்தா கொஞ்சம் மங்கலா காட்டும்… உன் சலூன் கண்ணாடில நான் முகம் பார்த்தா, எனக்குப் பதிலா வேற யார் மூஞ்சியையோ காட்டறது… மாயா பஜார் கண்ணாடி இது…

சி.கே. : கண்ணாடியை மாத்திட்டா கடைக்குக் கும்பல் வருமா…?

நான் : ஒரு சலூன் எப்படி இருக்கணும் தெரியுமா.. போன தடவை நீ ஊருக்குப் போயிருந்தப்ப கிராப் வெட்டிக்க ஒரு ஃபைவ் ஸ்டார் ஹோட்டல்ல இருக்கற சலூனுக்குப் போயிருந்தேன்…

சி.கே. : (முகத்தைச் சுளித்து…) சாப்பிடற எடத்துல சலூனா…?

நான் : எதுக்கு முகத்தைச் சுளிச்சுக்கற… அந்த சலூன்ல தலைவாழை இலை போட்டு சாப்பிடலாம்… அவ்வளவு மடியான ஆசார சலூன்… தேவலோகம் மாதிரி இருந்தது… உள்ள நுழைஞ்ச

எனக்கு அந்த சலூன் ஓனர் ஒரு ராஜ வரவேற்பு கொடுத்தார் பாரு... ராஜீவ் காந்திக்குக் கொடுக்கற வரவேற்புக்குச் சமமா இருந்தது... என்னவோ சலூனையே எனக்காகத் தொறந்து வச்சுருக்கா மாதிரி ஒரு பிரமையை உண்டாக்கிட்டார் போயேன்... உள்ள போய் சோபால உக்காண்டேன்... ஓனர் என்னை விடலையே... என்னைப் பார்த்து 'சார் என்ன படிக்கிறீங்க'ன்னார்... இதுக்கு முன்னாடி இதுமாதிரி எடத்துக்குப் போனதில்லையா... நான் அசடு வழிய, 'படிச்சு முடிச்சாச்சு, உத்யோகம் பாத்துண்டுருகன்'னுட்டேன்... உடனே ஓனர் என்கிட்ட 'அதில்லை சார்... இப்ப வெயிட் பண்ணற நேரத்துல என்ன புக்ஸ் படிக்கறீங்க'ன்னு கேட்டுட்டு ஒரு அலமாரியைத் தொறந்து காமிச்சார் பாரு.. அசந்துட்டேன்... நியூயார்க் டைம்ஸ்லேந்து நம்ம ஊர் தந்தி வரை எல்லாப் பத்திரிகையும் இருந்தது.. (மெள்ள) கிட்ட வா... சில கெட்ட வார்த்தை புக்ஸ்லா'கூட வச்சிருந்தார்...

சி.கே. : அதெல்லாம் வுடுடா... கிராப் எப்படி செஞ்சார்?

நான் : சலூன்ல கிட்டத்தட்ட ஒண்ணரை மணி நேரம் இருந்தேன்... கடைசி அஞ்சு நிமிஷம்தான் கிராப் பண்ணான்... மிச்ச நேரமெல்லாம் அந்த சலூன் ஓனர், புதுமாட்டுப் பொண் மாமியார்காரிக்கு மொதல்ல கொஞ்ச நாள் ஆட்சியைப் புடிக்கறவரை உபசாரம் பண்ணுவாளே, அதுமாதிரி பண்ணிட்டே இருந்தார்... வெயிட் பண்ணற நேரத்துல மெல்லறத்துக்கு ஒரு தட்டுல பிஸ்கட்... போதாத்ததுக்கு 'சார் காபியா? டீயா? போர்ன்விடா'வான்னு கேள்வி... அந்த சலூன் ஓனர் பாசத்தாலேயே அடிச்சு என்னை 'நிலா நிலா ஓடி வா'ன்னு சோறுதான் ஊட்டலை...

சி.கே. : (தொழில் பொறாமை தொனிக்க) உனக்குப் புல்லரிச்சிருக்குமே...?

நான் : மடையா... பார்க்லதான் புல்லரிக்கும்... நான் போனது சலூன். மயிர்க்கூச்செறிஞ்சுருக்குமேன்னு கேளு... அ... அப்புறம்... அந்த சலூன் சுவத்துல ஒரு எலிசபெத் டெய்லர் படம் மாட்டியிருக்கார் பாரு... க்ளாஸ்..

சி.கே. : சலூன்ல போய் எதுக்கு டெய்லர் போட்டோ மாட்டியிருக்கான்?

-நான் : எலிசபெத் டெய்லர் யாருன்னு நெனைச்ச? ஹாலிவுட் சிலுக்குடா... அதுவும் எப்படி...? ஆறடி உசரத்துக்கு அவ படம்... பார்த்தா படம்னே சொல்லமாட்டே... நெஜமாவே எலிசபெத் டெய்லரை உசிரோட சுவத்துல ஒட்டி வச்சா மாதிரி இருந்தது...

சி.கே. : ஆமாம்... கட்டிங் சார்ஜ் எவ்வளவு?

நான் : அங்கதான் உதைச்சுது... இருபது ரூபா சில்லறை... என்ன முழிக்கற...? உன்கிட்ட இருபது ரூபா கொடுத்தா அதை ஆயுள் சந்தாவா எடுத்துண்டு நான் சாவறவரை வெட்டி விடுவேங்கறியா...? காஸ்ட்லிதான்... ஆனா, சலூன் அப்படி இருந்தாத்தான் கும்பல் வரும்...நீயும் அது மாதிரி மாத்திக்க...

சி.கே. : விளையாடறியா... இந்த சலூனை அந்தளவு பிரமாதமா மாத்தறதுக்கு என்கிட்ட ஏது துட்டு...?

நான் : நேஷனலைஸ்டு பாங்க் எதுக்கு இருக்கு...? போய்க் கடன் வாங்கிக் கட்டு...

சி.கே. : சலூன் வைக்கறதுக்கு பாங்க்குல கடன் தருவாங்கற...?

நான் : பைத்தியம்... இப்பல்லாம் சலூனுக்குப் போறதுக்கே பாங்க்குல கடன் தரதா கேள்விப்பட்டேன்... கடன் வாங்கிக் கல்யாணம் பண்ணறச்சே கிராப் பண்ணக்கூடாதா...?

எனது உபதேசம் தந்த உற்சாகத்தில் சின்னகேசவன் எங்கள் காலனியில் உள்ள வங்கியில் கடனை எப்படியோ வாங்கி (பலான லோகல் சார்பட்டா கம் சல்பேட்டா பிரமுகரைப் பிடித்து, அவரை விட்டு பாங்க் மானேஜரைப் பணிவன்போடு பயமுறுத்தி) ஒரு மாதத்துக்குள் தனது சலூனை நான் விவரித்த அளவுக்கு இல்லாவிட்டாலும் ஓரளவுக்கு ஏழைக்கேத்த எள்ளுருண்டையாக ஒரு மினி தாஜ்மகால் ஆக்கிவிட்டான்... சலூன் சுவரில் எலிசபெத் டெய்லருக்குப் பதிலாகத் தனது நாட்டுப் பற்றைக் காட்ட நாட்டிய மும்மணிகள் சிலுக், அனுராதா, ஜெயமாலினி கட்அவுட்டுகளைப் பதித்தான்... ஒரு சுபயோக சுபதினத்தில் ஐடியா கொடுத்த என் கையாலேயே சலூனை ரிப்பன் வெட்டி (புது கத்திரிக்கோல்...) திறப்பு விழா நடத்தி ஆயிற்று..

போன வாரத்தோடு இரண்டு மாதம் ஆறது. பழைய குருடி புது கதவைத் திறடி கதைதான்... உள்ளே எட்டிப் பார்க்கக்கூட ஒரு பயல் வரவில்லை... வழக்கமாக ஓஸியில் தலைவாரிக்கொள்ள வரும் பேட்டையைச் சேர்ந்த ஒரு சிலர் கூடப் புது சலூனை ஏனோ தெரியவில்லை புறக்கணித்து விட்டார்கள்...

சென்ற வாரம் நான் சென்றபோது சின்னகேசவன் சோகத்தால் சின்னூண்டு கேசவனாகத் தன்னைச் சுருக்கிக் கொண்டு பெஞ்சில் 'இன்ஸால்வென்ஸி' போஸில் அமர்ந்திருந்தான்... என்னைப் பார்த்ததும் கொல்லங்குடி கருப்பாயி ஸ்டைலில் கும்பல் வராத குறையை ஒரு பாட்டு அழுது தீர்த்தான்... ஆயிரம் இருந்தும் வசதிகள் செய்தும் கும்பல் வராத காரணம் என்னவாக இருக்கும் என்று யோசிக்க ஆரம்பித்த எனது அள்ளி வழங்கும் ஐடியா

மூளையில் பளிச்சென்று ஒரு பொறி தட்ட சலூன் வாசலுக்குச் சென்று மேலே தொங்கும் போர்ட்டைப் பார்த்தவுடன்தான் எவரும் தலைகாட்டாத 'தங்கமலை ரகசியம்' தெளிவாகியது... சின்னகேச வனின் நயினா மாட்டிய 'சென்னகேசவ சிகையலங்கார சேவா தளம்' என்ற போர்டு மாறாமல் அப்படியே இருந்தது! கோடிக்கணக்கில் செலவழித்து 'காந்தி' படம் எடுத்து அதற்கு அட்டன்பரோ 'கோட்ஸே' என்று பெயர் கொடுத்தால் எவ்வளவு அபத்தமாக இருக்குமோ... அவ்வளவு அபத்தமாக எனக்கு அந்த போர்டு பட்டது. விடு விடுவென்று மறுபடி சலூனுக்குள் நுழைந்து, அழுது அழுது அந்த அசதியில் தூங்கிவிட்ட சின்னகேசவனைத் தட்டி எழுப்பினேன்... வெலவெலத்து எழுந்த அவனுடைய வெவஸ்தை கெட்ட தனத்தை வார்த்தையால் வெளுத்துக் கட்டினேன்.

நான் : கும்பல் வராததுக்குக் காரணமான ஓமன் புரிஞ்சுடுத்து.. மொதக் காரியமா வாசல்ல தொங்கற போர்டை, தலையைச் சுத்தி விசிறிக் கடாசு... கர்மம்.. டாக்டர் புதுசா க்ளினிக் ஓபன் பண்ணிட்டு வாசல்ல 'இவ்விடம் வியாதியஸ்தர்கள் உள்ளே வரக்கூடாது'ன்னு ஓட்டல்ல வைக்கற போர்டை மாட்டின கேஸாயிருக்கு... இவ்வளவு மாத்தினியே, கடை பேரை மாத்தக்கூடாது...?

சி.கே. : ஏன்... அந்தப் பேருக்கு என்ன குறைச்சல்...?

நான் : குறைச்சல் இல்லை. ஜாஸ்தி... 'சென்னகேசவ சிகை யலங்கார சேவா தளம்...' தலை நெறைய கிராப்போட வரவன் அதைப் படிச்சு முடிக்கறத்துக்குள்ள வயசாகி முடி கொட்டி வழுக்கையாகிப் போயிடுவான்... உன் சலூனுக்கு வர மாணிக்கம் மாதிரி ஆசாமிகளுக்கு மண்டைல முடி இல்லேன்னு பாத்தா... உனக்கு மண்டைல மசாலாவே இல்லை... அதனாலே சலூனுக்கு முதல் காரியமா வேற பேர் வை...

சி.கே. : நல்ல கதையா இருக்கே... எங்க நயினாவோட கடைக்கு அவர் பேரை வைக்காம உங்க நயினா பேரையா வைப்பாங்க...?

நான் : தோ பார்... நயினா பேர் சைனா பேர்னு ஏதாவது உளறிண்டே இருக்காதே... நான் சொல்றதைக் கேளு... இது விளம்பர யுகம்... பொருளைவிட பொருளோட பேர் கவர்ச்சி கரமா இருக்கணும்.. பத்திரிகைல அட்டைல கவர் ஸ்டோரிக்குக் கவர்ச்சியா ஒரு தலைப்பு கொடுத்துட்டா உள்ளே என்ன எழுதினாலும் பரவாயில்லை.. வாங்கறவன் பத்திரிகையோட அட்டைல போட்ட அமர்க்களமான தலைப்பைப் பார்த்து வாங்கிடுவான்... அதே மாதிரி. உன் சலூனுக்கும் கவர்ச்சிகரமா ஏதாவது பேர் வை.. இப்படி வையேன்... ஸ்ரீதேவி சலூன்,

ஹேமமாலினி ஹேர் டிரஸ்ஸர்ஸ், ஜெயப்ரதா ஹெட் செட்டிங் சலூன்...

சி.கே. : என்ன, நீயே உளர்றியே... அது என்ன ஹெட் செட்டிங்...? முடியைத் தானே வெட்டப் போறேன்... தலைப்புல தலை எதுக்கு அனாவசியமா...?

நான் : இப்ப மூக்குக் கண்ணாடினு சொல்றோம்.. கண்ணால தானே பார்க்கறோம். மூக்கால இல்லியேம்பியா...? ஹெட் செட்டிங்கறது புதுக்கவிதை மாதிரி புது வார்த்தை ஜாலம்.. கிராப்புங்கற பேர்ல வரவன் தலையையே செட் பண்ணி ஷோக்கா அனுப்புவேங்கறா மாதிரி இருக்கும்...

சி.கே. : சரி... நீயே சொல்லு... என்ன பேர் வைக்கலாம்... ஸ்ரீதேவி சலூனா? ஹேமமாலினி ஹேர் டிரஸ்ஸர்ஸா? இல்லை, ஜெயப்ரதா ஹெட் செட்டிங் சலூனா...?

நான் : மூணு பேரையும் பேப்பர்ல எழுதிக் குலுக்கிப் போட்டு யாரையாவது விட்டு எடுக்கச் சொல்லலாம்.. (அப்போது கட்டம் போட்ட பனியன், லுங்கியோடு ஒருவன் வருகிறான்.. அவனோடு பெயிண்ட் வாசனையும் வருகிறது...)

சி.கே. : (அவனைக் குதூகலத்தோடு வரவேற்று...) வா மச்சான்... பார்த்து ரொம்ப நாளாச்சு... எப்படி இருக்கே... யானை வரும் முன்னே மணியோசை வரும் பின்னேங்கறா மாதிரி... பாண்டியன் மச்சான் வரும் பின்னே பெயிண்ட் வாடை வரும் முன்னே.. (என்னைப் பாண்டியனுக்கு அறிமுகப்படுத்திவிட்டு என்னிடம்...) இவன் என் மச்சான்... இந்த சினிமா பேனர், கடை போர்டு இதெல்லாம் எழுதற பெயிண்டர், பேரு பாண்டியன்... தெரிஞ்சவங்க வட்டாரத்துல இவனை பிழை பாண்டியன்று செல்லமா கூப்பிடுவாங்க...''

பாண் : (அச்சம் மடம் நாணம் பயிர்ப்போடு...) தே.. சம்மா இருடா.. சார் நம்மைப் பத்தி தப்பா எடுத்துக்கப் போறார்...

சி.கே. : நம்ம ஃப்ரெண்டுதான் (என்னிடம்..) இவன் என்ன பண்ணான் தெரியுமோ.. போன வருஷம் சக்கை போடு போட்டதே... 'கண்ணே கனிரசமே' படம்... ரிலீசுக்கு முந்தின நாள் அவசர அவசரமா பானர் எழுதி ஜெமினிலெ மாட்டிட்டான். காலைல தான் பார்த்தாங்க... 'கண்ணே கனி ரசமே'க்குப் பதிலா 'புண்ணே பிணி வசமே'ன்னு இவன் டைட்டிலையே மாத்தினதை... அதே மாதிரி பக்கத்துத் தெருவுல ஒருத்தர் கடை தொறந்தார் 'காட்பாடி க்ளாத் சென்டர்னு' இவன் அதை 'கட்பாடி க்ளாத் சென்டர்னு' எழுதி அவர் பிசினஸையே மாத்திட்டான்... ஆனா ராசியான கை.. அதுலேந்து பிழை பாண்டியன்னு பேரு...

நான் : ராசியான கையுங்கற... சட்னு நான் சொன்ன அந்த மூணு பேரையும் குலுக்கிப் போட்டு உன் மச்சானையே எடுக்கச் சொல்லு... அப்படியே கையோட கையா வந்த பேரை இவரை விட்டே புது போர்டு எழுதச் சொல்லிடு...''

சின்னகேசவன் மூன்று பெயர்களை எழுதி, குலுக்கி மச்சான் பிழை பாண்டியன் முன் போட்டு எடுக்கச் சொல்ல. பிழை பாண்டியன் 'ஜெயப்ரதா ஹெட் செட்டிங் சலூன்' என்ற பெயரை செலக்ட் செய்தான்... சி. கேசவன் வேண்டுகோளுக்கிணங்க பிழை பாண்டியன் இரவோடு இரவாக புதுப் பெயருக்கு போர்டு தயாரித்து விடுவதாக வாக்களித்து விட்டு அதற்கு அட்வான்ஸாக இலவசமாக கிராப் செய்து கொண்டு சென்றான். மறுநாள் காலை நானும் சி.கேச வனும் சலூனுக்குப் போனபோது எங்கள் கண்களையே நம்ப முடியாத அளவுக்கு சலூன் வாசலில் கும்பல் அலைமோதியது. கும்பலில் நுழைந்து சி.கேசவன் சலூனைத் திறந்ததும் கும்பல் கரகோஷம் செய்தது. ஒருவர் வந்து சி.கேசவனுக்கு மாலை போட்டு ''மறத் தமிழன் சின்னகேசவன்'' என்று சொல்ல, கும்பல் ''வாழ்க!'' என்று கோரஸில் கூறியது.. கும்பலிலிருந்து மற்றொருவர் வந்து சி. கேசவனிடம் ''சின்னகேசவா... நான் நேத்து தான் கிராப் பண்ணிண்டேன்.. இருந்தாலும் தமிழ் மக்கள் மேல உள்ள பற்றைத் தைரியமா சலூன் போர்டுலேயே வெளிப்படுத்திய உன் கையால திரும்பி ஒரு தடவை கிராப் பண்ணிக்கப் போறேன்... 'க்ரூ கட்'டாக ஆய்விடும். பரவாயில்லை...!'' என்றார். சி. கேசவனுக்குக் காரணம் புரியவில்லையானாலும், தன்னை ஆதரிக்க வந்த கும்பலைப் பார்த்த ஆனத்தத்தில் தலை சுற்றியது... இரவோடு இரவாக போர்டை எழுதி சிரத்தையாக மாட்டிவிட்டுச் சென்று விட்ட பிழை பாண்டியனின் சலூன் பெயர் பலகையைப் பார்த்தவுடன்தான் கும்பலின் காரணம் புரிந்தது...

சும்மா சொல்லக்கூடாது! பாண்டியனுக்கு மெய்யாலுமே ராசியான கைதான்... வழக்கம் போல பெயர்ப் பலகையில் பிழை செய்திருந்தாலும் இம்முறை பிழை பாண்டியன் செய்த தவறு தானே அறியாமல் தமிழர்களுக்கு உணர்ச்சி ஊட்டுவதாக அமைந்துவிட்டது...

ஆம்... 'டாப்பிகல்' தவறு டாப் க்ளாஸாகிவிட்டது... நாங்கள் எழுதச் சொன்ன 'ஜெயப்ரதா ஹெட் செட்டி சலூனை' பிழை பாண்டியன். 'ஜெயவர்த்தனே ஹெட் கட்டிங் சிலோன்' என்று எழுதி, தன்னுடைய பிழையால் சின்ன கேசவனின் ரோம(ா) புரியைப் பிரபலமடையச் செய்து விட்டான்...

திட்டம்

பருவக் கோளாறினால் முகத்தில் அங்கொன்றும் இங்கொன்றுமாகத் தோன்றும் பருக்கள் போல, அந்தப் பொட்டல் வெளி மைதானத்தில் பத்துப் பதினைந்து வீடுகள் பரவலாக உதிர்ந்து கிடந்தன. அவற்றில் இரண்டு வீடுகள் மற்ற வீடுகள் தங்களைப் பார்க்கிறதே என்ற கூச்சம் சிறிதும் இல்லாமல் ஒன்றையொன்று 'காம்பவுண்ட்' கைகளால் அரவணைத்துச் சல்லாபம் செய்து கொண்டிருந்தன.

இணைந்து இருந்த இரண்டு வீடுகளில், ஒன்றின் வாசலில்... கே.வி.ராமானுஜம் ஏரியா சேல்ஸ் மேனேஜர் என்ற பித்தளைப் பலகை காலை வெயிலில் பித்தளையாகவே ஜொலித்தது.

பார்வைக்கு சிறியதாக இருந்தாலும், ராமானுஜம் வீடு வசதிகள் நிறைந்தது என்பதை, இரண்டு பக்கமும் துருத்திக் கொண்டிருந்த 'ஏர்கண்டிஷன்' பெட்டிகள் 'கும் கும் கும்' சத்தமிட்டுக் கட்டியம் கூறின. ஒரு பெட்டி தம்மை வியாபார நிமித்தமாக வந்து பார்த்து சூடாக விவாதிப்பவர்களை குளிர்விக்க; மற்றது, ராமானுஜம் தன்னுடைய இளம் மனைவி ஜானகியைப் பார்த்தவுடன் காது வரை பரவும் சூட்டைத் தணித்துக் கொள்ள.

நாற்பத்தைந்து வயது வரை துணிகளின் பளிச்சிடும் தன்மைக்கு மூல காரணம் தன் கம்பெனி தயாரிக்கும் சோப்தான் என்று நினைத்திருந்த ராமானுஜம்... பிரும்மாவின் சலவையில் வெளுத்துத் தந்தமாக மின்னிய 'ஜானகி'யைக் கண்டு பிரமித்தார்.

நாற்பத்தைந்து வயதில் ராமானுஜம் அருந்ததிக்குப் பதிலாக ரிஜிஸ்ட்ராரைக் கண்டுபிடித்து ஜானகியை மணந்தார். இருபத்தி மூன்று வயது ஜானகி, ராமானுஜத்தின் வசதிகளை மணந்தாள்.

ஒரு வருட இனிய தாம்பத்யம் ராமானுஜத்திற்கு.

ஜானகியைப் பொறுத்த மட்டில், ராமானுஜம் ஒரு அல்லாவுதீனின் அற்புத விளக்கு. அவர் ஜானகிக்காக வாங்கித் தந்த புடவைகளின் எண்ணிக்கை மகாபாரத திரௌபதிக்குத் தெரிந்திருந்தால் அன்று சபையில் 'ஏ கிருஷ்ணா' என்பதற்கு பதிலாக ''கே.வி.ராமானுஜா'' என்று கதறியிருப்பாள்.

ஆபீஸில், கான்ஃபரன்ஸில், டூர் செல்லுகையில்... எப்போதும் ராமானுஜத்திற்கு 'ஜானகி காந்த ஸ்மரணம்'தான். அந்த வருடம் சோப் கம்பெனியின் விற்பனை தொய்வுற்றதின் ரகசியம் புரியாமல் மேலிடம் தவித்தது.

ஜானகிக்கு ஊஞ்சலாடும் இளமை. ராமானுஜமோ ஓய்ந்து போன சவுக்கு மரம். ஜானகியோடு விளையாட முயன்ற ராமானுஜத்திற்கு, தான் இந்த ஆட்டத்தில் ஒரு 'ஒப்புக்கு சப்பாணி' என்று புரிய ஒரு வருடம் பிடித்தது.

இந்த வீடு... இளம் மனைவி ஜானகிக்காக ராமானுஜம் குறைந்த செலவில் கட்டிய தாஜ்மகால். தனக்காகக் காதல் சின்னம் கட்டிய கணவனை ஒரு மேஸ்திரியாக பாவித்து ஓரங்கட்ட ஆரம்பித்த ஜானகி... ஷாஜகானுக்காக ஏங்க ஆரம்பித்தாள். அதையும் ராமானுஜமே அவரையும் அறியாமல் பூர்த்தி செய்து வைத்தார்.

ராகவன், ராமானுஜம் கீழ் வேலை பார்க்கும் சேல்ஸ் ரெப்ரசென்ட்டேடிவ். தனது மேலதிகாரி ராமானுஜத்திடம் அதிக அளவில் விற்பனை செய்வது எப்படி என்று அறிய வந்தவன்... அவர் மனைவி ஜானகி இலவசமாக விற்க வந்த இளமையை ராமானுஜத்திற்குத் தெரியாமல் பில் போடாமல் ரகசியமாக வாங்கினான். கொடுக்கக் கொடுக்கக் குறையாமல் 'ஸ்டாக்' வைத்திருக்கும் அவள் இளமையை அடிக்கடி வாங்க ஆரம்பித்தான் ராகவன்.

ஏஸியில் வீசிய அன்னிய வாடையை ராமானுஜம் லேசாக முகர ஆரம்பித்தார்.

நேற்று காலை... ராமானுஜம் ஜானகியைச் சோதித்தார். ''ஜானகி, இன்னிக்குக் கொஞ்சம் வேலை ஜாஸ்தி... ராத்திரி வர லேட்டாகும்...''

ஜானகியின் முகத்தில் மாயமானைப் பார்த்த சந்தோஷம். கொப்பளமாக தோன்றி மறைந்தது.

'ஏ மாயப் பிசாசே... நான் நினைத்தது நிஜமா? உனக்கு என்ன குறை வைத்தேன்?' வயோதிகம் இயலாமையோடு இளமையைப் பரிதாபமாகப் பார்த்தது.

ஆபீசில் தனது ஒன்று விட்ட மாமியின் ஓரகத்தி பிள்ளைக்குக் காது குத்தல்னு லீவு கேட்டான் ராகவன்.

'அடேய் ராகவா.... யாருக்கடா காது குத்துகிறாய்...' என்று கேட்க வந்ததை அடக்கிக் கொண்டு, போட்ட கணக்கின் விடை சரியா? தவறா? என்ற ஆவலில் ராமானுஜம், ராகவனுக்கு லீவு கொடுத்துத் தானும் லீவு போட்டார்.

வீட்டில்... ராகவன் ஏர்கண்டிஷன் காற்றையும், மேலதிகாரியின் மனைவியையும் செலவழித்துக் கொண்டிருப்பதை ராமானுஜம் ஜன்னல் வழியாகப் பார்த்தார். தன் கீழே வேலை பார்க்கும் ராகவனின் இந்தப் பிரமோஷன் அவருக்கு பொறாமையை அளித்தது.

தோட்டத்தில் கிடந்த மண் வெட்டியை எடுத்து ராகவனைத் தாக்கக் கிளம்பினார்... யோசித்தார்... பாவம் ராகவன்... சின்ன பையன்... யார் மிட்டாய் குடுத்தாலும் தின்பான்.

வந்த சுவடு தெரியாமல் திரும்பி... காரில் இரவு வரை சுற்றிவிட்டு, வீடு திரும்பியவர்... எதையும் வெளிக்காட்டாமல் கடைசி முறையாக ஜானகியோடு இல்லறம் நடத்த முயன்று தோற்றார். ராகவனால் திகட்டிப் போயிருந்த ஜானகி இதைப் பொருட்படுத்தவில்லை.

ரேடியோவைப் போட்டார் ராமானுஜம். 'மனைவி அமைவ தெல்லாம் இறைவன் கொடுத்த வரம்' என்று ஜேசுதாஸ் ராமானு ஜத்தின் வெந்த புண்ணில் வேலைப் பாய்ச்சினார்.

பாடலை உரக்க வைத்துச் சத்தத்தோடு சத்தமாக ஜானகியின் கதறலை, கேவலைப் பொருட்டுத்தாமல், இன்னமும் ராகவன் ஹேர் ஆயில் வாசனை வீசும் தலையணையால் அவள் முகத்தை அமுக்கினார். இளமை தப்பிக்கப் பார்த்தது. முதுமை பேனாக் கத்தியால் ஜானகியின் வயிற்றை குத்திக் கீறி கிளறி... அனுபவமில்லாததால் ராமானுஜம் செய்த கொலையில் அபத்தம் இருந்தது. ஜானகி உடலை 'தார்பாலின்' உறையில் சுற்றி... ரத்தக் கறைகளைத் தம் கம்பெனி சோப்பால் கழுவி போதாது-பம்பாய் பாக்டரிக்கு லெட்டர் போட வேண்டும்.

தார்பாலினில் சுற்றப்பட்ட தாரத்தை தரதரவென்று ராமானுஜம் கொல்லைப் புறம் இழுத்துச் சென்றார்.

மறுநாள் காலை... பகல் மணி பத்து. அந்த இடத்திற்கென்று தனியாக சூரியன் உதித்தது போல் கடுமையான வெயில் அடித்தது.

ஒரு போலீஸ் ஜீப் டயரில் புழுதியோடு குற்றங்களைக் கிளறிக் கொண்டு ராமானுஜம் போர்டிகோவில் நின்றது.

''ஐ ஆம் இன்ஸ்பெக்டர் பாஷ்யம்.. உங்க வீட்டைச் சோதனை போடணும்.''

''எங்கிட்ட கறுப்புப் பணம் கிடையாது...'' சீறினார் ராமானுஜம்.

''நாங்க சோதனை போட வந்தது கறுப்புப் பணம் இல்லை... ஒரு வெளுப்புப் பொணம்'' பாஷ்யத்தின் எதுகைமோனைப் பிரயோகத்தைக் கேட்டு கூட வந்த கான்ஸ்டேபிள்கள் புல்லரித்துப் போய் அவரை ''நீங்க எங்கயோ போயிட்டீங்க சார்...'' என்பது போலச் சேர்ந்து பன்மையில் பார்த்தார்கள்.

சோபாவில் சரிந்த ராமானுஜத்தைப் பார்த்து, ''கொஞ்ச நாளாவே உங்களுக்கும் உங்க மனைவிக்கும் ஒத்துப் போகலை... நேத்து

ராத்திரி நீங்க உங்க லேடியைக் (மனைவி) கொன்னுட்டு பாடியை இங்க எங்கயோ புதைச்சிருக்கீங்க'' என்ற பாஷ்யத்தின் லேடிபாடி எதுகை மோனை பிரயோகத்தைக் கேட்டுக் கான்ஸ்டேபிள் கூட்டம் அழுதே விட்டது. பாஷ்யத்தின் கட்டளைக்குப் பணிந்து அந்தக் கான்ஸ்டேபிள்கள் சோதனை என்ற பெயரில் தாங்கள் வழக்கமாகச் செய்யும் துவம்சத்தைத் துவங்கினர். பாஷ்யம் நாசியில் ரத்தம் வரும் அளவுக்குப் பிண வாடைக்காக மூச்சை இழுத்து இழுத்து முகர ஆரம்பித்தார். மாடியில் சோபாக்களை உருட்டி, மேஜைகளைப் புரட்டி பாஷ்யம் ஜானகியைத் தேடும் படலத்தில் ராமானுஜத்தின் பர்சைக் கூடத் திறந்து பார்க்காமல் விடவில்லை.

மாடியில் மூக்கைப் பிடித்த படி பாத்ரூமில் ஜானகியைத் தேடி அலுத்த கான்ஸ்டேபிள் கூட்டம் பாஷ்யத்தின் முன்பு ''சீதையைக் காணவில்லை'' என்ற செய்தியோடு வந்த கிஷ்கிந்தா கூட்டமாக நின்றது.

''இன்ஸ்பெக்டர், நான் என் பொண்டாட்டியை கொன்றதாவே வச்சுப்போம்... உங்களுக்கு இந்த சந்தேகம் வரக் காரணம்'' என்று ராமானுஜம் கேட்டு முடிக்க, பக்கத்து வீட்டு சேதுராமன் உள்ளே நுழைந்தான்.

''ராமானுஜம், மன்னிச்சுக்கோடா. நேத்து ராத்திரி உங்க

என் தொல்காப்பியர்

கே.கே. ராமன்

அன்றாட நிகழ்ச்சிகளை அட்டகாசமான நகைச்சுவை நாடகமாக்கத் தேவையான இலக்கணங்களை எனக்குக் கூறிய தொல்காப்பியர் கே.கே. ராமன். நகைச் சுவை நாடகம் தயாரிப்பது எப்படி என்று இவரிடம் கேட்டால், 'அம்பது கிராம் ஆள் மாறாட்டம். அரை லிட்டர் அசந்தர்ப்பமான சூழ்நிலைகள், நூறு பக்கம் டயலாக்ஸ், இரண்டு தேக்கரண்டி அதுவும் தேவையானால், கதை என்று சமையல் குறிப்பு போலச் சொல்ல வல்லவர்.'

எனது நாடகங்களில் ராமனின் பாதிப்பை அதிகம் பார்க்கலாம். இவருக்குப் பிடித்த வார்த்தை 'உல்ட்டா.' சீரியஸ் கதைகளை உல்ட்டா போட்டுச் சிரிக்கச் சிரிக்கச் சொல்வார். உல்ட்டாவெல்லாம் போட்டு ஒரே கதையை ஒன்பது விதமாகக் கூறுவார்.

-கிரேஸி

வீட்டுலேந்து வந்த சத்தம் கேட்டு முழிச்சேன். அப்புறம் நான் என் கண்ணால பார்த்ததையெல்லாம் இன்ஸ்பெக்டர் சார் கிட்ட வாய் தவறி உளறிட்டேன். தெரியாம நான் செஞ்ச தப்பை மன்னிச்சுடுடா...'' ராமானுஜம் பாய்ந்து சேதுராமனின் சொக்காயைப் பந்தாகச் சுருட்டிப் பிடித்து ''ஏண்டா இப்படி இல்லாததையும் பொல்லாததையும் சொல்ற... கூட இருந்தே குழி பறிக்கறியே ராஸ்கல்... இன்ஸ்பெக்டர் சார், இவன் சொல்றதை நம்பாதீங்க... நான் கை நெறைய சம்பாதிக்கறேன்... இவன் சம்பளத்தைச் சில்லறையா மாத்தினாக் கூடக் கை நெறைய வராது. அந்த பொறாமைல என்னை மாட்டி விடப் பாக்கறான்'' என்ற ராமானுஜத்தை இன்ஸ்பெக்டர் பாஷ்யம், சேதுராமனிடமிருந்து பிரித்து எடுத்தார்.

''ராமானுஜம், ஓ.கே. நீங்க உங்க மனைவியைக் கொல்லலேன்னே வச்சுப்போம்... உங்க மனைவி இப்ப எங்கே?'' என்ற பாஷ்யத்தின் சாதுர்யமான கேள்வியைக் கேட்டு கான்ஸ்டேபிள்ஸ் மானசீகமாக அவரை மடியில் போட்டுக் கொஞ்சினார்கள்.

''அவ ஒரு...'' என்று ராமானுஜம் ஆரம்பிக்க சேதுராமன் காதுகளைப் பொத்தி 'சிவசிவ' என்றார். உடனே பாஷ்யம் ''சிவசிவ இல்ல சார் அவஅவ எங்கே?'' என்று அப்போதும் தன் ப்ராச ஆசையைக் காட்டினார்.

''அந்தச் சிறுக்கிக்கு இந்த கிழவன் கிட்ட எதிர்பார்த்தது கிடைக்கலை. அவ ஓடிப் போயிட்டா.'' என்ற ராமானுஜம் நிஜமாகவே அழுதார்.

சேதுராமன் பாஷ்யத்தின் காதுகளில் ஏதோ கிசுகிசுக்க... எச்சிலான காதுகளை பாஷ்யம் துடைத்துக் கொண்டு கட்டளையிட பாஷ்யத்தின் படைகள் வீட்டைச் சுற்றி உள்ள தோட்டத்தைக் கிளற ஆரம்பித்தது.

''இன்ஸ்பெக்ர், இந்தத் தடியன் சொல்றதை நம்பி நீங்க என் வீட்டையே பாழ்படுத்தறீங்க. இந்த சேதத்துக்கான செலவை உங்க சார்புல அரசாங்கம் தர வேண்டி வரும்.. ஜாக்கிரதை'' என்ற ராமானுஜத்தின் காலில் விழுந்து எழுந்து ''ராமானுஜம் மன்னிச்சுக் கோடா... வாய் தவறி தெரியாம தோட்டத்துல எங்கயான புதைச்சு வச்சுருக்கியான்னு தேடிப் பாக்க சொல்லிட்டேண்டா...'' என்றான் சேதுராமன்... ''தெரியாம வாய் தவறிச் சொல்லிட்டேன்... தெரியாம வாய் தவறிச் சொல்லிட்டேன்.'' என்று சொல்லியே தன் பிராணனை வாங்கும் சேதுராமனைப் பார்த்து ராமானுஜம் பற்களால் நறநறத்தார். 507 ஓடி வந்து ரத்தக் கறையை கொல்லைப் புறம் பார்த்ததாகக் கூறி

விட்டு இனாம் கேட்பது போல தலையைச் சொறிந்தார். 608 'கண்டேன் சீதையை' பாவத்தில் ஓடி வந்து கொல்லைப் புறம் தோண்டும்போது தென்பட்ட பெட்டியைப் பார்க்க அழைத்தார்.

பெட்டியில் ஒரு நாயின் இறந்து போன சடலம்.

''சபாஷ்... ராமானுஜம். நீங்க உங்க மனைவியைக் கொல்வதை உங்க வீட்டு நாய் பார்த்துடுத்து... எங்க மோப்பம் புடிச்சுக் காட்டி குடுத்துடுமோன்னு பயந்து நாயையும் கொன்னு புதைச்சுட்டீங்க... சரிதானே'' என்ற பாஷ்யத்தின் பார்வையில் 'இதுதாண்டா போலீஸ்' இறுமாப்புத் தெரிந்தது.

ஓடி வந்த சேதுராமன் ''இன்ஸ்பெக்டர் சார்... இப்பதான தோணித்து... ராமானுஜத்துக்குச் சொந்தமா ஒரு வீடு தோட்டம் துரவோடு இங்கேந்து பத்து மைல் தள்ளிப் போனா பாலவாக்கம்கற எடத்துல இருக்கு. பொண்டாட்டி ஜானகி பொணத்தை ஒரு வேளை அங்கே புதைச்சு...'' கூறி முடிப்பதற்குள், ராமானுஜம் கையில் உருட்டிக் கொண்டிருந்த பேப்பர் வெயிட்டை சேதராமனை நோக்கி வீசினார். சேதுராமன் குனிந்து தப்பித்து ''ராமானுஜம்... வாய் தவறித் தெரியாம பாலவாக்கம் வீட்டைப் பத்திச் சொல்லிட்டேன்... மன்னிச்சுக்கோடா..'' என்று கெஞ்ச, ராமானுஜம் வீட்டிற்குள் நுழைந்து கதவைப் படீரென்று சாத்தினார்.

சேதுராமன் பாலவாக்கம் வீட்டை வரைபடம் போட்டுக் காட்டினார். சேதுராமனுக்கு நன்றி கூறிவிட்டு வீட்டிற்குள் பார்த்த பாஷ்யம், ராமானுஜம் ஆத்திரத்தில் கண்ணாடி ஜன்னலைக் குத்தி உடைப்பதைப் பார்த்தார்.

ஜீப்பில் பட்டாளத்துடன் ஏறிய பாஷ்யம் துப்புக் கொடுத்த சேதுராமனை காதலியைப் பார்ப்பது போல பார்த்துவிட்டு கை அசைத்து விடை பெற்றார். பாலவாக்கம் வீட்டை நோக்கிப் புறப்பட்ட ஜீப் கண்ணிலிருந்து மறையும் வரை கை ஆட்டியபடி இருந்த சேதுராமன் ஜீப் மறைந்ததும் விசிலடித்து விட்டு விம்பிள்டன் கோப்பை வென்ற சந்தோஷத்தில் குதித்தார். வீட்டுக்குள்ளிருந்து ஓடி வந்த ராமானுஜம் சேதுராமனைக் கட்டி தழுவி ''ரொம்ப தேங்க்ஸ்டா சேதுராமா... நம்ப திட்டத்தைப் பிரமாதமா நடிச்சு போலீசைத் திசை திருப்பிட்ட'' என்று வாயெல்லாம் பல்லாக் கூறினார்.

''சரி, சரி, திட்டம் இன்னும் முழுசா முடியலை. அவங்க திரும்பி வரதுக்குள்ள ஆக வேண்டிய காரியத்தைப் பார்ப்போம்'' என்று சேதுராமன் துரிதப்படுத்த, இருவரும் சேதுராமன் வீட்டிற்குச் சென்று அங்கு தோட்டத்தில் தோண்டி... தார்பாலினில் போட்டு

மூடிப் புதைத்து வைக்கப்பட்ட ஜானகியின் பிரேதத்தை ராமானுஜம் வீட்டிற்கு எடுத்து வந்து, நாயைப் புதைத்த இடத்தில் புதைத்து மண்ணைப் போட்டு மூடினார்கள்.

மீண்டும் நன்றி கூறிய ராமானுஜத்திடம் சேதுராமன் ''நன்றியை வார்த்தையோட நிப்பாட்டிடாமல் செயல்ல காட்டு, பிரதியுபகாரமா. பொறந்த வீட்டுக்குப் போன மைதிலி ரெண்டு நாள்ள வந்துடறா.. அதே திட்டம்... ஆனா அப்ப நீதான் பக்கத்து வீட்டு ராமானுஜம்... என் ரோல்...'' என்று கூற ராமானுஜம் 'டன் Done!' என்பது போலக் கட்டை விரலைக் காட்டினார்.

இந்தக் கதை எனக்கு எங்கயோ... எப்போதோ... யாராலோ சொல்லப்பட்டது. தழுவல்தான் இருந்தாலும் ஆரத் தழுவிய ஆலிங்கனம் அல்ல... தமிழர் பண்பாட்டிற்கேற்பத் தழுவியிருக்கிறேன். தழுவலுக்குத் தடைகள் ஏதடி பாப்பா...

-கிரேஸி.

'தான் கற்ற கணிதம் பெறுக இவ்வையகம்' என்ற பாவத்தில் கணித புரபசர் ராமானுஜம், நவபாரதச் சிற்பிகளுக்கு, 'தியரி ஆஃப் ப்ராபபிலிட்டி' யை அந்த வகுப்பறையில் விளக்கிக் கொண்டிருக்கிறார்.

ராமானுஜம் சொல்கிறார்: ''ஒரு நாணயத்தைச் சுண்டி எறிகிறோம் என்று வைத்துக் கொள்ளுங்கள். பூவும் விழலாம், தலையும் விழலாம். இரண்டில் ஏதாவது ஒன்று விழுந்தேயாகவேண்டும். எனவே, பூவோ தலையோ விழுவதற்கு அந்த நாணயத்தின் ப்ராபபிலிட்டி...'' வகுப்பறையில் சலசலப்பு. அங்கு நடப்பது அறியாத அப்பாவி ராமானுஜம், மாணவர்களைத் தம் வசம் இழுக்க நகைச்சுவையை நாடுகிறார்: ''மாணவர்களே... பூவிழும் என்று செல்லி மூன்று தடவை சுண்டி எறிந்த நாணயத்தில் மூன்று தடவையும் பூ விழுந்தால் நம்மை நாம் அதிர்ஷ்டசாலி என்று சொல்லிக் கொள்கிறோம். பத்து தடவை எறிந்து பத்து தடவையும் பூ விழுந்தால் நம் அதிர்ஷ்டம் உறுதிப்படுகிறது... ஆனால் நூறு தடவை எறிந்து நூறு தடவையும் பூ விழுந்தால் நாம் சந்தோஷத்திற்கு மாறாக நாணயத்தையே சந்தேகப்படுகிறோம்... ஒரு வேளை இது பில்லி சூனியம் வைக்கப்பட்ட பத்து பைசாவோ என்று எண்ணத் தோன்றுகிறது... ஏன் இதைச் சொல்கிறேன் என்றால் நாம் என்றுமே வாழ்க்கை ஒவ்வொரு நாளும் ஒவ்வொரு விதமாக வித்தியாசமாகவே இருக்க விரும்புகிறோம். நல்லதோ, கெட்டதோ தினமும் தொடர்ந்து நடந்தால் நாம் விரும்புவதில்லை... இன்று நடப்பதே நாளையும் அதற்கு மறு நாளையும் நடந்தால் அத்தகைய வாழ்வில் நமக்கு முதலில் சலிப்பு ஏற்படும். பிறகு அதுவே சஞ்சலமாகவும், முடிவில் நம் மீதே சந்தேகமாகவும் ஆவது சத்தியம்... ''தட்ஸ் ஒய் வி ஆல்வேஸ் நீட் சம் சேஞ்ச் இன் லைஃப்.''

வகுப்பறை மாணவர்கள் ஒருமித்தமாக எழுந்து உரத்த குரலில், ''மிஸ்டர் ராமானுஜம், எங்களுக்கும் கொஞ்சம் மாற்றம் தேவை. அதனாலே வீட்டுக்குப் போறோம்'' என்று புறப்பட்டார்கள்.

மனைவியின் தம்பி மகாதேவனின் ஏழாவது கிளாஸின் வீட்டுப் பாடமான 'காலமும் தூரமும்' கணக்கு தீர்வு காண முடியாமல் ராமானுஜம் முன் விசுவரூபம் எடுத்து நிற்கிறது. யானைப் பசிக்கு சோளப் பொரிதான் இந்த 'காலமும் தூரமும்' கணக்கு. இருந்தாலும் யானைக்கும் அடிசறுக்குமே. அதுவும் சோளப் பொரி சாப்பிடும் போதுதானா சறுக்கணும்.

'ஒரு ரயில் 200 மைல் வேகத்தில் புறப்பட்டு (ஒரு வேளை வைகையோ...?! 1500 மைல் தூரத்தைக் கடந்தால்...' (தடம் புரளும்...) யோசித்துக் கொண்டு ராமானுஜம் தெருவில் நடக்கிறார். 'அதே தண்டவாளத்தில் 150 மைல் வேகத்தில் எதிர் தரப்பில் வரும் ரயிலுடன்...' ராமானுஜம் யாருடனோ மோதுகிறார்.

கறுப்பு நிறத் தொப்பி, நீல நிற கூலிங் கிளாஸ், அடர்த்தியான வெள்ளை மீசை, சிவப்பு டை, வெளிர் பச்சையில் சட்டை, ரிஷி மூலம் நதி மூலம் போல் கலர் மூலம் தெரிந்து கொள்ளக்கூடாத பாண்ட், மஞ்சள் நிற சாக்ஸ், இதுவரை கூறிய அத்தனை நிறங்களையும் கொண்ட ஷூ. இப்படி வானவில்லின் அத்தனை வர்ணங்களையும் தன்னிடம் கொண்ட அந்த உருவத்திடம் ராமானுஜம் கண்களால் ஸாரி என்றான். மோதப்பட்ட உருவம் முறைத்துவிட்டு, பாதிக்கப்பட்ட தலையைப் பழுது பார்த்துக் கொண்டே நகர்ந்தது. ஏதோ இந்த மட்டில் உதைக்காமல் போறானே என்ற திருப்தி ராமானுஜத்திற்கு. மிஸ்டர் வானவில்லுக்கு நல்ல வாட்ட சாட்டமான வடிவம். கைகலப்பு நிகழ்ந்திருந்தால்... கற்ற கணிதமா கை கொடுக்கும். கராத்தேயின் அவசியத்தை ராமானுஜம் உணர்ந்தார்.

மறுநாள் காலை. ''என்னத்திம்பேர் தலைல வீங்கியிருக்கு?'' மச்சினன் மகாதேவன்.

'' எல்லாம் உன் 'காலமும் தூரமும்' கணக்கால் வந்த வினை.'' வானவில்லோடு மோதிய விவரத்தை மனைவியிடமும், மச்சினனிடமும் விளக்கினார்.

''நல்ல வேளை அபிராமி, தலைக்கு வந்தது தலை வீக்கத்தோட போச்சு... மிஸ்டர் வனவில்லை நீ பாத்தே, பயந்துடுவே... சின்னக் குழந்தைக்கு சாதம் ஊட்ட பெத்தவ காட்டற பூச்சாண்டி மாதிரி உருவம்...புரட்டி எடுக்கப் போறான்னு நெனைச்சேன்... என்னமோ பைத்தியம் முறைச்சுட்டுப் போயிடுத்து.'' ராமானுஜம் முடிக்கவில்லை. மச்சினன் மகாதேவன் அலறினான்: ''அத்திம்பேர்... அத்திம்பேர்.. அங்க பாருங்க...'' அவர்கள் குடியிருக்கும் அந்த நான்கு மாடிக் கட்டடத்தின் மூன்றாவது மாடி ஜன்னல் வழியாக மகாதேவன் காட்டிய திசையில் நோக்கிய ராமானுஜத்திற்கு வியப்பு

கலந்த அதிர்ச்சி. கீழே தெரு. தெருவில் 'காக்கா நாயர்' டீக்கடை. கடையில் டீ குடிப்பது மிஸ்டர் வானவில். தொப்பி சகிதமாக அதே வண்ணக் குவியலான அலங்காரம். நேற்று பார்த்தவனை மறுபடி இன்று பார்த்ததில் ராமானுஜத்திற்கு ஏற்பட்டது வியப்பா, அதிர்ச்சியா...? அவன் எதற்காக அங்கு நிற்கிறான்? ஒரு வேளை தன்னைப் பழி தீர்க்கவோ?...சேச்சே! அந்தக் கட்டடத்தில் நூறுக்கும் மேற்பட்டவர்கள் இருக்கிறார்கள்... யாரை எதிர்பார்த்து நிற்கிறாரோ... ராமானுஜத்திற்கு 'தியரி ஆஃப் ப்ராபபிலிட்டி' ஞாபகம் வந்தது. 'ஒரு நாணயத்தை நாம் நூறு தடவை சுண்டி எறிந்து நூறு தடவையும் பூ விழுந்தால்...' நமக்கு நாணயத்தின் மீது சந்தேகம் வருகிறது. 'மிஸ்டர் வானவில்லை தான் பார்ப்பது இது இரண்டாவது தடவைதான். மனதைத் தேற்றிக் கொண்டார் ராமானுஜம்.'

மறுநாள் கல்லூரி திறந்தது. தாங்கள் நடத்திய நான்கு நாள் போராட்டத்தின் விளைவால் கல்லூரி சைக்கிள் ஸ்டாண்ட் வலது பக்கத்திலிருந்து இடது பக்கத்திற்கு மாற்றப்பட்ட சந்தோஷத் தோடு மாணவர்கள் உள்ளே நுழைந்தனர். ராமானுஜம் தான் பாதியில் விட்ட 'தியரி ஆஃப் ப்ராபபிலிட்டி'யை மறுபடி தொடர வகுப்பறையில் நுழையும்போது, கையில் உள்ள புத்தகங்களைத் தவற விடுகிறார். விழுந்த புத்தகங்களைப் பின்னால் வந்தவன் எடுத்துக்கொடுக்கிறான். கொடுத்தவனைப் பார்த்த ராமானுஜத்தின் கண்களில் தோன்றியது நிச்சயமாக வியப்பு கலந்த அதிர்ச்சி அல்ல.

அது பயம் கலந்த அதிர்ச்சி. இவன் எப்படி இங்கே? எடுத்துத் தந்தது மிஸ்டர் வானவில்.

சுண்டி எறிந்த நாணயத்தில் மூன்றாவது தடவையும் பூவே விழுகிறது. அன்று தியரி ஆஃப் ப்ராபபிலிட்டியில் ராமானுஜத்தால் அவ்வளவாக லயிக்க முடியவில்லை.

மறுநாள் ஒரு கல்யாணத்தில் ராமானுஜம். முகூர்த்தம் முடிந்ததும் எல்லோருக்கும் அசட்டுத் தித்திப்பு 'கிரஷ்' தரப்பட்டது. மண்ணாசை, பெண்ணாசை, பொன்னாசை இம் மூன்றுடன் கல்யாணத்தில் 'கிரஷ்' ஆசை யாரைவிட்டது. 'கிரஷ்' வாங்கத் திரும்பிய ராமானுஜம். சிறு குழந்தை போல் தேம்பித் தேம்பி அழாமல் இருந்தது-சத்திரத்தில் நாலு பேர் முன்பு ஓர் ஆண்மகன் அழக்கூடாது என்ற ஒரே காரணத்தால்தான். பின்புறம் இருந்த நாற்காலியில் மிஸ்டர் வானவில்.

மறுபடியும் இவரா...? சுண்டி எறியப்பட்ட நாணயத்தின் மீது... சந்தேகம் ஆரம்பமானது...

மறுநாள் குடும்பத்துடன் ராமானுஜம் மகாபலிபுரம் செல்கிறார். அங்கு கல்யானைக்குப் பின்புறம்... மிஸ்டர் வானவில்.

'தெய்வமே! என்ன ஏன் இப்படிச் சோதிக்கறே...? அப்பா வானவில்லா... தெரியாம மோதிட்டேன்... அதுக்கு இப்படியா எங்க போனாலும் என் பின்னாடியே வரது... வேணும்னா சொல்லு, அசையாம நிக்கறேன்... ஆசை தீர என் கபாலத்தில் மோதிட்டு விட்டுடுப்பா...' ராமானுஜம் சொல்ல நினைத்தான். அதற்குள் மிஸ்டர் வானவில் அங்கிருந்து நகர்ந்து பல்லவகால சிற்பங்களை ரசிக்கப் புறப்பட்டான். சுண்டி எறியப்பட்ட நாணயத்தின் மீது ஏற்பட்ட சந்தேகம் வளர்ந்தது.

தினமும் ராமானுஜம் வீட்டிலிருந்து கல்லூரி செல்லும் வரை... நடந்தால் மிஸ்டர் வானவில் பின்னே நடக்கிறான். பஸ்ஸில் உட்கார்ந்தால் பின்சீட்டில் உட்கார்கிறான்... பொருட் காட்சி சாலையில்... அபிராமியோடு ராட்சஸ சக்கரத்தில் சுற்றினால் அடுத்துள்ள சீட்டில் அமர்ந்து வானவில் கூடவே சுற்றுகிறான்... மகாதேவனோட ரங்கராட்டின குதிரையில் உட்கார்ந்தால்... அடுத்துள்ள குதிரையில் வானவில்... நடந்தால் பின் நடக்கிறான்... ஓடினால் பின்னே ஓடி வருகிறான்... உட்கார்ந்தால் பின்புறம் உட்காருகிறான்... ராமானுஜத்தால் சகிக்க முடியவில்லை. 'நூறு தடவை சுண்டி எறியப்பட்ட நாணயத்தில் நூறு தடவையும் பூவே விழுந்தால், சந்தேகம் நாணயத்தின் மீதுதான்.' ராமானுஜம் சொல்லிய வாக்கியம் அவனையே எச்சரித்து... 'இன்று நடப்பது நாளையும், அதுவே மறுநாளையும் நடக்கிறது... இல்லை இல்லை,

பின்தொடாந்து நடக்கிறது... வியப்பு அதிர்ச்சியாகி, அதிர்ச்சி சந்தேகமாகி, சந்தேகம் பயமாகி... பயம் துணிச்சலாகியது... போலீசி டம் சரணடைவது தவிர வேறு வழியேயில்லை... என்றாவது ஒரு நாள் பின்தொடரும் இந்த வானவில் கத்தியால் 'மிடில் ஆப்ளாங்கடா'வில் கீறப் போவது நிச்சயம்.. மகாதேவன் எஸ்.எஸ். எல்.சி. பாஸ் செய்து, வளர்ந்து, அலுவலகம் சென்று அபிராமிக்கு சோறு போடும் வரை அபிராமியை யார் காப்பாற்றுவார்கள்...? அடேய் ராமானுஜம், காவலரை நாடு.. வானவில்லைப் பற்றிக் கூறு... பாதுகாப்பு கேளு...' மனம் கூறியது... மூளை ஆமோதித்தது.. கால்கள் நடந்தன. இ1, போலீஸ் ஸ்டேஷன் நோக்கி...

ராமானுஜத்தின் செருப்புச் சத்தம் கேட்டு இன்ஸ்பெக்டர் பாஷ்யமும், அந்த அவனும் திரும்புகிறார்கள்... அந்த அவன், அய்யோ அவனேதான்... மிஸ்டர் வானவில் இங்கேயுமா...? அவன் ராமானுஜத்தைக் காட்டி பாஷ்யத்திடம் ''சார்...சார்... இவன்தான் சார் இவனேதான்....'' வானவில்லின் கண்களில் ராமானுஜத்தைப் பார்த்த பீதி, பயம் சுடர் விடுகிறது. பாஷ்யம், ராமானுஜத்தை நெருங்கி, ''ஏன் சார், நீங்கள்ளாம் படிச்சவங்க தானே... அறிவில்லே... சார் (வானவில்லைக் காட்டி...) எப்படி பயந்து போயிருக்கார்... பாருங்க...''

''என்ன சார் சொல்றீங்க?'' இது ராமானுஜம்.

''பின்ன என்ன சார்...விளையாடறதுக்கும் ஒரு அளவில்லே... உங்க பேர் என்ன சொன்னீங்க (வானவில்லிடம்) ...ஆ... தாணு மாலயன்... என்ன விஷயம்...? தாணுமாலயன் ரிப்போர்ட் பண்றார்... அதாவது அவர் எங்க போனாலும் நீங்க அவர் முன்னாடி போறீங்களாம்... அவர் நடந்தா அவருக்கு முன்னாடி நடக்கறீங்களாம்... சினிமால இவர் சீட்டுக்கு முந்தின சீட்டுல உக்காறீங்களாம். வாட்ஸ் ஆல் திஸ்? தாணுமாலயன் பொறுத்துப் பொறுத்துப் பார்த்துப் பயந்துபோய் முடியாம இப்ப போலீஸ் பந்தோபஸ்து கேக்கிறார்.'' பாஷ்யம் கூறுவது எதுவும் ராமானுஜம் காதில் ஏறவில்லை...

கல்லூரி வகுப்பறை... கணித புரபஸர் ராமானுஜம் 'தியரி ஆஃப் ப்ராபபிலிட்டி' எடுக்கிறார்.

ராமானுஜம் சொல்கிறார்: ''மாணவர்களே... ஒரு நாணயத்தை நாம் நூறு தடவை சுண்டி எறிந்துவிட்டு நூறு தடவையும் பூ விழும் என்று கேட்டு நூறு தடவையும் பூவே விழுந்தால் தயவு செய்து நாணயத்தை சந்தேகப்படாதீர்கள். இத்தகைய அபூர்வ ஒற்றுமை வாழ்வில் நடப்பது சாத்தியம்...'' மாணவர்கள் வழக்கப்படி விழித்தனர்.

ஹெல்-மெட் வித்துவான்

திருவல்லிக்கேணி நல்லதம்பி முதலி தெருவில் ஆரம்பித்து பெரிய தெருவில் முடியும் ஒரு நீளமான வீட்டின் கடைசி ஜாகை கணேசனுடையது.

அந்த வீட்டின் சொந்தக்காரரே மாதா மாதம் அந்தக் கோடி வரை சென்று கணேசனிடம் வாடகை வசூலிக்க சோம்பேறித்தனப்பட்டு மூன்று மாதத்திற்கு ஒரு முறை வருவார்.

இந்த அழகில் எந்த சபா காரியதரிசி கணேசனைத் தேடி வந்து சான்ஸ் தருவார்?

வாசலில் தொங்கும் ‘வயலின் வித்வான் குடவாசல் கணேசன்’ என்ற பலகை, கணேசன் வெளியே போனதும் அந்த வீட்டுக் குழந்தைகள் கிரிக்கெட் விளையாட ‘‘பாட்டாக’’ பயன்படுத்தப் பட்டது. கணேசன் ஏறாத சபாக்களில்லை. பார்க்காத காரியதரிசி களில்லை... எல்லோரும் அவனுக்குக் கையை விரித்து விட்டார்கள். அவன் வாசிப்பு ஒன்றும் அவ்வளவு மோசமில்லை. என்ன, கொஞ்சம் மேல்ஸ்தாயியில் போகும் பொழுது பிசிறுதட்டிக் கேட்பவர்களுக்குச் சுவரில் நகத்தால் கீறிய சிலிர்ப்பை உண்டாக்கும். அவ்வளவுதான். நான்கு கச்சேரி வாசித்தால் அதுவும் பழக்கமாகிவிடும். இந்தப் பூனைக்கு யாரும் மணிகட்ட முன்வரவில்லை.

கணேசனால் முடிந்தது சாதகம் ஒன்றுதான்... காலை ஐந்து மணிக்கு ஆரம்பித்தால் வயலின் தந்தியில் அதிநேர உராய்வினால் நெருப்புப் பொறி வரும் வரை வாசித்துக் கொண்டு இருப்பான்... மனைவி அமிர்தம், கணேசன் வயலினை எடுத்தால் விஷமாவாள்.

‘‘மார்கழி மாசமாச்சேன்னு வென்னீர் போட்டு வைச்சிருக் கேன்.... அடுப்பு பத்திட்டு எரிகிறது. அனாவசியமா இப்ப உங்களுக்கு வயலின் வாசிப்பு ஒண்ணுதான் கேடா...’’

‘‘ரோம் நகரம் பத்திக் கொண்டு எரியறச்சே நீரோ மன்னன் வயலின் வாசிச்சான்... ஆப்டர் ஆல் அடுப்பு எரிகிறது. போடி சர் தான்!’’

‘‘அடுப்பு எரிகிறது கெடக்கட்டும். எனக்கு இப்ப வயிறு பற்றிக்

கொண்டு எரிகிறது. அந்த சனியனைத் தூர எறிஞ்சிட்டு ஒரு வேலை தேடற வழியை பாருங்கோ!''

''இதுவாடி சனியன்...இதுக்கு ஒரு காலம் வரும்டி... நான் என்ன உங்கப்பன் மாதிரி மோர்சிங்கா வாசிக்கறேன்... எச்ச வாத்யம்... அதாண்டி சனியன்...உங்கப்பன் மகா கஞ்சன். ஏன் மோர்சிங் கத்துண்டான்.. சின்ன வாத்யம். விலை குறைச்சல். வாங்கி கத்துக்கொண்டு விட்டது..'' மாமனாரின் பலவீனத்தை உரத்துக் கூறி மனைவியைச் சமாளிப்பான் கணேசன்... உள்ளுக்குள், அட... தானும் ஒருநாள் மேடையேறி வாசித்தேன் என்று கூறிக் கொள்ளவாவது ஒரு சான்ஸ் கிடைக்காதா என்று ஏங்கினான். அத்தகைய ஒரு சந்தர்ப்பம் கிடைத்தது... அப்பொழுது நடந்த ஒரு சம்பவம் அவனை பிரபலமாக்கியது. அந்தச் சம்பவம்...

மதுரை சுந்தரலிங்க முதலியார், பாடகி ஜெயாவை முதன் முதலில் பார்த்தது அழகர் கோவில் கச்சேரியில்... பாட்டில் எல்லோரும் மனத்தைப் பறிகொடுத்துக் கொண்டிருந்தபோது அவர் பாடகியிடம் மனத்தைப் பறிகொடுத்தார்.

முதலியாரின் பணப்பசை ஜெயாவை முதலியாரோடு ஒட்டச் செய்தது. முதலியாருக்கு இசையில் ஞானத்தைவிட வக்ரம் அதிகம். தியாகராஜ உற்சவத்தில் எல்லா வித்வான்களும் ஒன்றாச் சேர்ந்து 'மச்சானைப் பாத்தீங்களா' பாடினால் எப்படி இருக்கும் என்று யோசித்து மகிழக் கூடியவர். இசைத் துறையில் இவர் ஒரு 'கெர்ரி பேக்கர்'. ஜெயா பாடுவதாக இருந்தால் வீட்டில் தன் முன்னிலையில்தான் பாட வேண்டுமே தவிர சபைகளில் பாடக்கூடாது என்று கட்டளை யிட்டார். சிறிது காலம் அவருடைய சுருதிக்குப் பாடிய ஜெயா ஒரு நாள் இரவோடு இரவாகச் சென்னைக்கு ஓடி விட்டாள். அன்றிலிருந்து முதலியாரின் 'கிஷ்கிந்தா கூட்டம்' ஜெயாவைத் தேடும் படலத்தில் ஈடுபட ஆரம்பித்தது.

ஒருநாள்.. தனது தோப்பில் முதலியார் தனது சகாக்களோடு சதியாலோசனையில் ஈடுபட்டுக் கொண்டிருக்கும் பொழுது... அவரது அடியாட்களில் ஒருவனான பெருமாள் ஓடி வந்து ''கண்டேன் சீதையை'' என்றான். ''மெட்ராஸ்ல நம்ப ஜெயா அம்மா ரொம்ப பிரபலமா இருக்காங்க முதலாளி... யாரோ கணேசன்னு ஒரு வயலின் வித்வானாம்... அவன் தான் நம்ம அம்மாக்கு எல்லாம்... அவன் கூட நம்ப அம்மாவை வர தையில கட்டிக்கப் போறானாம்...''

முதலியாரின் கோபம் பெருமாளின் கன்னத்தில் அறையாக விழுந்தது.

''டேய் ரங்கமணி! நம்ப மதுரை மீனாட்சி சபா செகரட்டரி கிட்ட சொல்லி மெட்ராஸ் ஜெயா கச்சேரி ஏற்பாடு பண்ணு... எவ்வளவு செலவானாலும் நானே ஏத்துக்கறேன்... அடியே ஜெயா, இனிமே பாருடி! உன்னோட ஒவ்வொரு கச்சேரிலேயும் ஏதாவது ஒரு கலவரம் பண்ணறேன்... இது மாதிரி நாலு கச்சேரில பண்ணா எவண்டி உனக்கு சான்ஸ் தருவான். உன் கச்சேரினாலே சபாக்காரன் ஓடணும்... அடேய் வயலின் கணேசா! நாலு பேர் மத்தியிலே உன் னோட வயலினாலேயே உம் மானத்தை வாங்கறேன்.'' முதலியாரின் வக்ரபுத்தி உற்சாகமாக வேலை செய்ய ஆரம்பித்தது...

மெட்ராஸில் தம்பூரா சொர்ணம்மாள் எவ்வளவோ எடுத்துக் கூறியும் ஜெயா மசியவில்லை. ''என்னால இந்தக் கச்சேரிக்கு ஒத்துக்க முடியாது... தயவு செய்து என்னை வற்புறுத்தாதீங்கம்மா... நான் பாடறதே அவர் வயலின் வாசிக்கறார்ங்கற ஒரே காரணத்துக் காகத்தான். அவர் இப்படி ஜுரத்துல அடிபட்டுக் கிடக்கறச்சே அவரை விட்டுட்டு என்னால மதுரை போய் கச்சேரி நடத்த முடியாது...'' தீர்மானமாகக் கூறினாள் ஜெயா..

ஜுர வேகத்தைப் பொருட்படுத்தாமல் பேசி ஜெயாவைப் பணியச் செய்தான் கணேசன்.

''பைத்தியம் மாதிரி பேசாதே ஜெயா.. மீனாட்சி சபாக்காரங்க கிட்டேந்து அட்வான்ஸ் வேற வாங்கியாச்சு... இப்ப வரலைன்னு சொன்னா என்ன நெனைப்பாங்க... நீ போய் பாடித்தான் ஆகணும். இல்ல அப்புறம் நான் வயலினையே தொடமாட்டேன். ஆமாம்.....''

''அப்ப வயலின் யாரு...'' இது சொர்ணம்.

ஜெயா-கணேசன் குழுவின் காரியதரிசி அண்ணாசாமிக்கு ஒருநாள் குடவாசல் கணேசன் சான்ஸுக்காகத் தன்னிடம் கதறியது ஞாபகம் வந்தது. அண்ணாசாமி குடவாசல் கணேசனை ஜெயாவிடம் சிபாரிசு செய்தார். தன்னுடைய கணேசன் வாசிக்க முடியாத சமயத்தில் அவருக்கு பதிலாக வாசிக்கப் போகிறவரின் பெயரும் கணேசனாக இருக்கவே சிறிது சந்தோஷமடைந்தாள்.

மதுரையில் மீனாட்சி சபா க்ரீன் ரூமில் குடவாசல் கணேசன், தான் வாசிக்கப்போகும் முதல் கச்சேரியை நினைத்துப் புளகாங்கித மடைந்து கொண்டிருந்தான். வயலின் விஷயத்தில் நடந்த ஆள் மாறாட்டத்தை அனாவசியமாகப் பிரஸ்தாபிக்க வேண் டாம் என்று அண்ணாசாமி கேட்டுக் கொண்டதால் குழுவைச் சேர்ந்தவர்கள் இந்தக் குடவாசல் கணேசனை அந்தக் கணே சனாகவே எல்லோருக்கும் அறிமுகம் செய்து வைத்தார்கள். கச்சேரி ஆரம்பிக்க இன்னும் ஐந்து நிமிடங்களே பாக்கி... முதலியாரின் அடியாள் ரங்கமணி க்ரீன் ரூமில் நுழைந்தான்.

''இங்க கணசங்கறவர் யாருங்க?''

குடவாசல் கணேசன் முந்திக் கொண்டு வந்து, ''நான்தான் கணேசன்...'' என்றான். ''அது போதுங்க எனக்கு....'' என்று சொல்லி விட்டு முதலியாருக்கு ஆள் காட்ட விரைந்தான் ரங்கமணி.

கச்சேரி துவங்கியது... 'வாதாபி கணபதிம் பஜே' வை ஜெயா அற்புதமாகப் பாடினாள். முதல் வரிசையில் முதலியார் குடவாசல் கணேசனை வைத்த கண் வாங்காமல் பார்த்துக் கொண்டிருந்தார். முதலியாரைப் பார்த்த ஜெயா சிறிது துணுக்குற்றுப் பின்பு தன்னைச் சுதாரித்துக் கொண்டாள். தன்னையே பார்த்துக் கொண்டிருந்த முதலியாரைத் தன்னுடைய விசிறி என்று தவறாக நினைத்த குடவாசல் கணேசன் அவருக்குக் கண்களால் நன்றி கூறிக் கொண்டிருந்தான். ஜெயா ஓர் அடியைப் பாடி விட்டு வயலினுக்கு இடம் கொடுத்தாள். கலைவாணியை மனத்தில் ஜபித்துக் குடவாசல் கணேசன் வயலினை எடுத்தான்.

முதலியார் மேடைக்குப் பாய்ந்தார்.

குடவாசல் கணேசனின் கையிலுள்ள வயலினைப் பறிக்க முனைந்தார்.

'இருந்து இருந்து கிடைச்சது ஒரு சான்ஸ் அதுவும் இன்னும் பூரா வாசிக்கலை அதுக்குள்ள தடையா? இத்தனைக்கும் என்னையே பார்த்துக் கொண்டு ரசித்து கொண்டுதானே இருந்தார். திடீரென்று என்ன கோபம்... வாசிச்ச உடனே கோபம் வந்தாலும் அர்த்தம் இருக்கு... இன்னும் நான் ஆரம்பிக்கவேயில்லை... தெய்வமே, நான் வயலின் வாசிக்கறதுல உனக்கு என்ன கோபம்..' கணேசனின் மனத்தில் அந்த ஒரு நிமிடத்தில் தோன்றி மறைந்த எண்ணங்கள்.

சபா காரியதரிசி என்ன கலவரம் என்று அறிய மேடைக்கு விரைந்தார்.

ஜெயா ஒரு நிமிடம் பாட்டை நிறுத்தி முதலியாரின் செய்கையை வியப்போடு பார்த்தாள். முதலியார் என்ன செய்யப் போகிறார் என்று தெரியாவிட்டாலும் ஏதாவது விபரீதமாகச் செய்யப்போவது தெரிந்தது. பயந்து அனைவரும் தடுக்க வருவதற்குள் அது நடந்து விட்டது.

கணேசனின் வயலினைப் பறித்து அதன் பின்பக்கதால் கணேச னின் தலையில் தீர்க்கமாக ஒரு போடு போட்டார். வயலின் இரண்டாகப் பிளந்தது. வயலின் கணேசன் வலியை உணரக் கூட நேரம் கொடுக்காமல் உடனே மயக்கமடைந்தான்.

மதுரை ஆஸ்பத்திரியில் ஒரு மாதம் இருந்தான்.

அந்த ஒரு மாதத்தில்... எல்லாப் பத்திரிகைகளிலும் குடவாசல் கணேசன் பெயர் அடிபட்டது. ''கச்சேரியில் நடந்த களேபரம்,'' என்ற தலைப்பில் பிரபல விமரிசகர் ஒருவர் சம்பவத்தை வேடிக்கையாக எழுதினார்.

டில்லி கொலைகாரன் பில்லா, மகரிஷி ரஜனீஷ் போன்று திடீரென்று பிரபலமானான் குடவாசல் கணேசன். உடைந்த அவனுடைய வயலினை ஏலத்தில் விட்டுக் கிடைத்த தொகையில் பாதியை அனாதை ஆசிரமத்திற்கு அளித்து மேலும் பிரபலமானான். கச்சேரி செய்ய வாய்ப்புக் கிடைக்காமல் திண்டாடியவன் கச்சேரியே செய்யாமல் ஆஸ்பத்திரியில் இருந்து கொண்டே பிரபலமானான்.

பிரபல வயலின் மேதை மெனுஹினிடம் இந்தச் சம்பவத்தை ஓர் அமெரிக்க நிருபர் விவரித்தபோது, தான் இந்தியா வந்தால் கணேசனைப் பார்க்க விரும்புவதாக மெனுஹின் கூறினார்.

சபா காரியதரிகள் குடவாசல் கணேசனை மொய்த்தனர். மனைவி அமிர்தத்திற்குப் பெருமை பிடிபடவில்லை. தன் கணவனின் தலையில் முதலியார் தயவால் விழுந்த அடியின் வடுவை ஆசையோடு தடவிக் கொடுத்தாள்.

உடல் பூரண குணமாகி வீடு திரும்பிய குடவாசல் கணேசனுக்கு அன்று முதல் கச்சேரி.

''அமிர்தம், டயமாச்சு... சட்னு கிளம்பு... 6.30 மணிக்கு கச்சேரி ஆரம்பம்.'' கணேசன் இரைந்தான். அமிர்தம் கையில் ஹெல்மெட்டுடன் வந்தாள்.

''என்ன இது ஹெல்மெட்...''

''தோ பாருங்கோ... என்னதான் நீங்க புகழடைஞ்சுட்டாலும்..

உங்களுக்குப் போறாத காலம் எவனாவது அடிச்சு கிடிச்சு வக்கப் போறான். தலைல ஹெல்மெட் போட்டுட்டு வாசியுங்க. பயமே கிடையாது... அப்புறம் இப்படி வாங்கோ...'' சங்கிலியால் வயலினைக் கையோடு இணைத்தாள். ''இதைப் பிடுங்கித்தானே உங்களை அந்த முதலியார் அடிச்சார்?''

ஹெல்மெட் அணிந்து கொண்டு முதல் கச்சேரிக்குப் புறப்பட்டான். இது நாள் வரை சுமாராக வாசித்துக் கொண்டிருந்த கணேசன் திடீரென்று வந்த புகழ் கொடுத்த ஊக்கத்தில் நன்றாகவே வாசிக்க ஆரம்பித்தான்.

நல்ல வாய்ப்புக்கள் கிடைத்தன. கடைசியில் மெனுஹின் சிபாரிசில் ஐ.நா.வில் வாசிக்கும் சந்தர்ப்பம் கிடைத்தது.

ஐ. நா. சபையில பலத்த கரகோஷத்திற்கிடையே ஹெல்மெட் கணேசனின் கச்சேரி முடிந்தது... அவனுடைய இசையில் மனதைப் பறிகொடுத்த ஜனாதிபதி கார்ட்டர் கணேசனுக்கு அமெரிக்க விஜயத்தின் நினைவாக வெள்ளியாலான ஹெல்மெட் கிரீடம் அணிவித்தார்.

கென்னடி ஏர்போர்ட்டில் நிருபர்கள் கணேசனை மொய்த்தனர். பிரபல பத்திரிகை நிருபர் ஒருவர் கணேசனைக் கேட்டார்... ''மிஸ்டர், நீங்கள் ஹெல்மெட் போட்டுக் கொண்டு வயலின் வாசிப்பதன் மர்மம் என்ன...''

கணேசன் சிறிது தயங்கி விட்டு, ''ரேஸ் குதிரைகளுக்குக் கண்களை அலைபாய விடாமல் தடுப்புக் கட்டுவதால் அவை ஒரே கவனத்துடன் சீராக ஓடும். அதுபோல ஹெல்மெட் அணிவதால் சுற்றுப்புற சந்தடிகளால் கவனம் திரும்பாது. என் மூளை ஒரே சீராகக் கச்சேரியில் ஈடுபடுகிறது...'' என்று ஒரு போடு போட்டுவிட்டு விமானத்தில் ஏறி டாட்டா காட்டினான்...

ஸ்டெப் கட்டிங்!

நமது கதாநாயகன் ராமானுஜம் காணாமற் போய்விட்டால் அவனைச் சுலபமாகக் கண்டுபிடிக்க, செய்தித் தாள்களில் அவனது சிகையலங்காரத்தை வருணித்தாலே போதும், சிறு குழந்தைகூட அவனை அடையாளம் கண்டுகொண்டு பாதுகாவலரிடம் பத்திரமாகச் சேர்ப்பித்து விடும்.

ஒரே சீராகத் தூவப்பட்ட ஐ.ஆர்-8 விதைகள், அளவுக்கு மீறிய உரங்களை உறிஞ்சியதாலும், செழிப்பான பாசனத்தினாலும் அமோக விளைச்சலில் புடைத்துக் கொண்டு நிற்பதை நமது ராமானுஜத்தின் கிராப்'புக்கு உவமையாகச் சொல்லலாம்.

மேற்கூறிய விளைச்சலுக்கு வித்திட்டவர், ராமானுஜத்தின் தந்தையார் நரசிம்மாச்சாரியாரால் அங்கீகரிக்கப்பட்டு, மாதம் ஒருமுறை ராமானுஜம் குடும்பத்தாரின் (பெண்கள் தவிர) தலை கனத்தைத் தவிர்க்க வரும் ஆஸ்தான நாவிதர் நவகோடி நாராயணன் அவர்கள்!

கூப்பிட்ட குரலுக்குப் 'பொட்டியோடு' வரும் மொபைல் நாராயணனை நரசிம்மாச்சாரி நம்புவதற்கு மூலகாரணம் நாராயணனின் கத்தி ராசி! நவகோடி நாராயணன் கத்தி பட்ட இடம் நித்யகர்ப்பவதியாகி எப்பொழுதும் துளிர்விட்டுக் கொண் டேயிருக்கும். எவ்வளவு வயதானாலும் வழுக்கை விழாது, ஆனால் ஒரே ஒரு குறை. வளர்ந்த முடி, எண்ணெய், சீப்பு இவற்றை உதாசீனம் செய்து வானம் பார்த்துக் கொண்டிருக்கும்!

ராமானுஜத்தின் பள்ளியறை - டபுள் ஆக்ஷன் டூத் பிரஷ் போல விண்ணென்று விறைத்து நின்ற கணவனின் கேசம் தன் உள்ளங்கைகளில் சிராய்ப்புகளை உண்டாக்கி விடுமோ என்ற பயத்தில் மனைவி மிஸஸ் பத்மஜா ராமானுஜம் புருஷனின் தலைமுடியைத் தன் கைவிரல்களால் இதமாக அதே சமயத்தில் மிதமாகக் கோதி விட்டாள்.

பத்மஜாவின் மிருதுவான விரல்களின் ஸ்பரிசத்தால் உண்டான கிளர்ச்சியை ராமானுஜத்தின் தலைமுடிகள் ஆன்டெனா'வைப் போல் வாங்கிக்கொண்டு உடனடியாக மூளைக்குத் தெரிவித்தன.

மனைவி எது சொன்னாலும் ஒப்புக்கொள்ளும் மயக்க நிலையில் ராமானுஜம்அப்போது இருக்கவே பத்மஜா தன்னுடைய 'மனு'வைச்

சமர்ப்பித்தாள். ''ஏங்க... உங்க தலையைப் பாத்தா எனக்கு எங்க ஊர் தேவாங்கு ஞாபகம்தான் வருது.. அவன் ஒரு பைத்தியம். காசு கொடுத்தா நடுரோடுலே ரயில்விடுவான்.

''சாதாரணமா எல்லார்க்கும் தலைமுடி நீளமா இருக்கும்... உங்களுக்கு மட்டும் ஏன் இத்தனை உசரமா இருக்கு? தயவுசெய்து இனி அந்த நவகோடி நாராயணன்கிட்ட தலையைக் கொடுக்காதீங்க... உங்களால நான் வெளில தலைகாட்ட முடியலை.... பக்கத்து வீட்டு காமு மாமி பதினாறு வயதினிலே பார்த்துட்டு அதுல வர 'சப்பாணி'க்கு உங்க ஜாடை இருக்குன்னு என் காது பட பேசறா...'' ராமானுஜத்துக்குக்கு மயக்கம் இன்னும் தெளியவில்லை. பத்மஜாதான் தொடர்ந்தாள்?

''கண்ணாடில போய் நீங்களே உங்க தலையப் பாருங்க... எக்ஸார்ஸிஸ்ட் சினிமா மூணு ஷோவும் தொடர்ந்து பாத்தா மாதிரி எப்பப்பாரு 'மயிர்க்கூச்செறிஞ்சிண்டு.' இது என்ன கோலம்? எனக்கும் ஆசை இருக்காதா, எங்காத்துக்காரரும் சலூனுக்குப் போய் ஸ்டெப் கட்டிங் செஞ்சுக்கறார்னு சொல்லிக்க? அந்த நவகோடி நாராயணன் கத்தி வீச்சுல உங்க தலை நாசமாப் போயிடுத்து....''

அடுத்த அரை மணி நேரத்திற்குப் பத்மஜா நாகரிகமான தோற்றத்தின் அவசியத்தையும், ஸ்டெப் கட்டிங்'கின் அருமை

பெருமைகளையும், அதைச் செய்து கொள்வதால் ஒருவனது வதனம் எப்படி வசீகரம் அடைகிறது என்பது பற்றியும் ஒரு கோகலே ஹால் சொற்பொழிவு ஆற்றினாள்.

பத்மஜாவின் வார்த்தைகளில் மயங்கியதால் ராமானுஜத்தின் நெஞ்சில் ஸ்டெப் கட்டிங் நப்பாசை துளிர்விட ஆரம்பித்தது. ஒரு கணம் ஸ்டெப் கட்டிங் செய்துகொண்ட கோலத்தோடு பத்மஜா சகிதமாக தேவி பாரடைஸில் தான் நுழைவதாகக் கற்பனை செய்து பார்த்தான் ராமானுஜம். எல்லோரும் கமல் என்று நினைத்து அவனை ஆட்டோ கிராப்புக்காக ஈ மொய்த்தனர்!

கூடவே நவகோடியைப் புறக்கணித்தால் தந்தை நரசிம்மாச்ச ாரியாரின் எதிர்ப்புக்கு ஆளாக நேரிடும் என்பதையும் அவனுடைய உள்மனம் எச்சரித்தது. மனைவியைப் பரிதாபமாகப் பார்த்தான் ராமானுஜம். அன்பரே! நீர் செய்யப் போகும் இந்த நாகரீகப் புரட்சியினால் ஏற்படும் விளைவுகளை' நான் சமாளிக்கிறேன்... என்ற பாவனையில் பத்மஜா அவனுக்குத் தைரியமளித்து வீரத் திலகம் இடாமல் சலூனுக்கு விரட்டினாள்.

'கபாலி ஹேர் டிரஸ்ஸர்ஸ்.' அதன் கீழே தொடங்கிய இவ்விடம் ஸ்டெப் கட்டிங் செய்யப்படும் பலகை ராமானுஜத்தை வரவேற்றது. முன்னும் பின்னுமாக இரண்டு அறைகள் கொண்ட அந்த சலூனைக் குளிர்சாதனம் குளிப்பாட்டிக் கொண்டிருந்தது.

தனது முறைக்காகக் காத்திருந்த ராமானுஜத்துக்குப் பொழுது போகவில்லை. சுவரில் தொங்கிய காலண்டர்களைப் பார்த்தான்.

ஒரு காலண்டரில் அரை நிர்வாணத்தோடு பானம் அருந்திக் கொண்டிருந்த ஆகஸ்ட் மாத ஹிந்தி நடிகை தன்னைப் பார்த்து, க்யா-உவா என்று சொல்வது போலத் தோன்றியது. ராமானுஜமும் பதிலுக்குச் செல்லமாக அந்தக் காலண்டர் அழகியைப் பார்த்து, ''போடி கள்ளி'' என்று தன்னை மறந்து வாய்விட்டுக் கூறவும், சற்றுப் பருமனாக ஒரு கஸ்டமர் உள்ளே நுழைந்து உட்காரவும் சரியாக இருந்தது. ராமானுஜம் அசடு வழிந்தான் ''இன்னிக்கு வெயில் ரொம்ப அதிகம் இல்லை....'' என்று பேச்சுக் கொடுத்தான்.

வந்தவர், க்யா-உவா என்றார். ராமானுஜம் வெலவெலத்து விட்டான். வந்த இடத்தில் நமக்கேன் வம்பு என்று அவசர அவச ரமாக ஈவ்ஸ் வீக்லி'யை மடியில் வைத்துப் புரட்டிக் கொண்டே அதில் எழுத்துகளும் படங்களும் தலைகீழாக பிரிண்ட செய்து இருப்பதன் நோக்கம் என்னவாக இருக்கும் என்று ஆராய ஆரம்பித்தான்.

பின்பக்க அறைக் கதவு திறந்து சலூனின் சொந்தக்காரர் கபாலி வெளியே வந்து கம் இன் ப்ளீஸ் என்றார்.

ராமானுஜம் எழுந்திருப்பதற்குள் அவனுக்குப் பின்னால் வந்தவர் வேகமாக எழுந்து உள்ளே நுழைந்த்தும் கபாலி கதவைச் சார்த்தியதும் கண நேரத்தில் நிகழ்ந்து விட்டது. ராமானுஜத்திற்கு அழுகை அழுகையாக வந்தது. அடேய் கபாலி... அந்த குண்டன் எனக்குப் பின்னாடி வந்தவன்டா என்று கதற வேண்டும் போலிருந்தது.

சிறிது நேரம் கழித்து உள்பக்கக் கதவு மறுபடியும் திறந்தது. கபாலி வெளியே வந்து பழையபடி அதே ஸ்டைலில் நமஸ்கரித்தார். புதிதாக வந்த இன்னொருவர் அவசர அவசரமாக எழுந்து ராமானுஜத்தை முந்தப் பார்க்கையில், இனி தாள முடியாது என்ற ஆவேசத்தில் ராமானுஜம் அவர் கையைப் பிடித்துத் தடுத்து, ''என்ன சார்... அக்கிரமமா இருக்கு...? எனக்கு பின்னாடி வந்திட்டு முந்தப் பாக்கறீங்களே? பாத்தா படிச்சவங்க மாதிரி டீசண்டாக இருக்கீங்க?...'' என்று ஆத்திரத்தைக் கொட்டி விட்டான்.

கபாலி, ராமானுஜத்தின் முதுகை இதமாக வருடிக் கொடுத்து நிதானமாக இலக்கண சுத்தமான ஆங்கிலத்தில் கூறினார்: ''சார்... நீங்க நெனைக்கறா மாதிரி இவர் கிராப் பண்ணிக்க வரலை. கிராப் பண்ணிவிட வந்திருக்கார். எங்க சலூன்லே ஷிப்ட் ஸிஸ்டம். இவர் ரெண்டாவது ஷிப்ட் ஆசாமி. நீங்க வாங்க...''

ராமானுஜத்திற்குத் தலையைச் சுற்றியது. என்னடா இது, இந்த சீமான் சிகையலங்காரம் செய்பவரா...? போதாத குறைக்குத் தன்னோடு பேசிய கபாலியின் ஆங்கிலத்தில் சீனிவாச சாஸ்திரியின் புலமை வேறு ஊஞ்சலாடுகிறது? நமக்கு தெரியாமல் நாகரிகம் இவ்வளவு வளர்ச்சி அடைந்து விட்டதா....?

பலி ஆடு போல பேந்தப் பேந்த முழித்துக் கொண்டே உள்ளே நுழைந்த ராமானுஜத்தைக் காலியாக இருந்த ஒரு சுழலும் நாற்காலியில் உட்கார வைத்தார்.

கபாலி.

அந்த அறையில் நிலவிய ஜில்லென்ற சீதோஷ்ணமும் அங்கு வைக்கப்பட்டிருந்த வாசனாதி திரவியங்களிலிருந்து புறப்பட்ட சுகந்த நெடியும், எதிரே சுவரில் பதிக்கப்பட்ட பெல்ஜியம் கண்ணாடிகளில் தன்னைவிட அழகாகத் தோற்றமளித்த தன்னுடைய பிரதிபலிப்பும்...

என்ன ரம்யமான சூழ்நிலை! தலை வாழை இலை போட்டு சாப்பிடலாம் போலிருக்கு!

கபாலி, ராமானுஜத்தின் சட்டைப் பித்தான்களை அவிழ்த்துத் தளர விட்டார். சட்டை பிரிந்ததும் உள்ளே போட்டிருந்த

ஆயிரம் ஓட்டை கொண்ட அற்புத பனியனை'க் கண்ணாடி அம்பலமாக்கியது. ராமானுஜத்திற்கு அவமானம் தாங்கவில்லை.

கபாலி, ராமானுஜத்தை டிடெர்ஜெண்ட் வஸ்திரத்தால் போர்த்தினார்.

''சார், ஷாம்பூ பாத் எடுக்கலாமா?'' - இது கபாலியின் கேள்வி. என்னடாது வம்பா போச்சு... கிராப் முடிஞ்சப்புறம்தானே குளிக்கணும் இப்ப எதுக்கு ஷாம்பூ பாத்தும், ஆயில் பாத்தும்?!

முதலில் கபாலியைக் கேட்க நினைத்தான். பிறகு ஸ்டெப் கட்டிங் பற்றிய தன்னுடைய அறியாமையைக் காட்டிக் கொள்ள வேண்டாம் என்று தோன்றியது. மௌனம் சாதித்தான்.

கபாலி, நாற்காலியின் பின்புறத்தில் உள்ள ஒரு விசையைத் திருப்ப, நாற்காலி தடாலென்று பின்னே சாய, ராமானுஜம் படுத்த நிலைக்கு வந்தான்.

அடுத்ததாகக் கபாலி, துப்பாக்கி போன்ற ஒரு உபகரணத்தைக் கொண்டு வந்து அதற்கு மின்சாரத் தொடர்பைக் கொடுத்ததும் அந்த துப்பாக்கியிலிருந்து உர் உர் என்ற சப்தத்தோடு உஷ்ணக் காற்று வெளிப்பட்டது. எதற்கு இந்த வெப்பக் கருவி....?

ராமானுஜம் இனம் புரியாத பயத்தில் கேனத்தனமாக விழித்தான். கபாலி, 'ஹேர் டிரைய'ரால் ராமானுஜத்தின் தலையை உலர்த்தினார், உஷ்ணக் காற்று, ராமானுஜத்தின் உள் மண்டையைத் தாக்கியது.

அதிகப்படியாக வளர்ந்த முடியை கத்திரிக்கோவால் வெட்டாமல் இப்படி உஷ்ணத்தால் பொசுக்கி விடுவதுதான் ஸ்டெப் கட்டிங்கோ?.

சனியன் இப்பொழுது பார்த்துத் தானா வலது தோளில் அரிப்பு எடுக்க வேண்டும்.....? சொறியும்போது தலை அசங்கி வைக்க அதனால் அந்த உஷ்ண இயந்திரம் தலையில் பட்டு தீ விபத்திற்கு உள்ளாவோமோ என்ற பயத்தில் ராமானுஜம் அரிப்பைப் பொறுத்துக் கொண்டான். கபாலி அலமாரியைத் திறந்து முதலையின் பற்களைப் போலத் தோற்றமளிக்கும் 'டிரிம்மரை'யும், பத்து சீப்புகளை ஒரு உருளையின் மீது பதித்தாற் போல அமைந்திருந்த 'சுருள் சீப்'பையும் எடுத்தார்.

ராமானுஜத்திற்கு ஏதோ விட்டலாச்சாரியா படம் பார்ப்பது போல் இருந்தது!

பக்கத்து வீட்டு மாமரத்தில் பழுத்ததை அவசர அவசரமாகப் பறிப்பது போல ராமானுஜத்தின் தலைமுடியை டிரிம்மரால் கிள்ளிக்

கிள்ளி எறிந்தார். நடு நடுவே சுருள் சீப்பால் தலையை வாரி விட்டுத் தள்ளி நின்று ஆராய்வார். திருப்தி அடையாமல் மறுபடியும் வெட்ட ஆரம்பத்தார். இந்த உத்சவம் கால்மணி நேரம் நடந்தது... கபாலி, நாற்காலியின் லிசையை எதிர்ப்புறம் திருப்ப, ராமானுஜம் பழையபடி உட்கார்ந்த நிலைக்கு வந்தான், என்ன ஆச்சரியம்...! கண்ணாடியில், தெரிவது என் முகமா...?

பத்மஜா பார்த்தால் பூரித்துப் போவாள்.

கபாலியை நன்றி விசுவாசத்தோடு பார்த்துவிட்டு நாற்காலியை விட்டு இறங்கினான்.

ஐந்து ரூபாய் நோட்டைக் கபாலியின் கையில் திணித்து, ''கபாலி... மீதியை நீயே வச்சுக்கோ'' என்றான்.

''என்ன சார், விளையாடறீங்களா...? ஸ்டெப் கட்டிங்குக்கு பதினைந்து ரூபாய் சார். நீங்க இன்னும் பத்து ரூபாய் தரணும்'' என்றார் கபாலி. முடி வெட்டிக் கொள்ள பதினைந்து ரூபாய்? நவ கோடி நாராயணனிடம் இந்தப் பதினைந்து ரூபாயைக் கொடுத்தால் அதையே அவன் ஆயுள் சந்தாவாக ஏற்றுக்கொள்வானே!

வேறு வழியில்லாமல் பதினைந்து ரூபாயை கபாலியிடம் அழுதான். 'நன்றி மீண்டும் வருக' என்ற போர்டு திறந்தது. ராமானுஜம் புதிய பர்சனாலிட்டியுடன் வெளியே வந்தான்.

ஒரு ஆங்கில மெட்டைத் தமிழில் முணுமுணுத்துக் கொண்டே ஸ்டைலாக வீட்டுக்குள் நுழைந்த ராமானுஜத்தை அவன் தாயார் கனகவல்லிதான் எதிர்கொண்டு வரவேற்றாள்.

''வந்துட்டியா, ராமானுஜம்...? ரொம்ப நாள் உன்கிட்டே ஒரு விஷயம் சொல்லணும்னு நினைச்சுக்கிட்டிருந்தேன்...''

''என்னம்மா...?''

''ஆறு வயசுல உனக்குத் தலைலே பொடுகு கட்டி ஒரே சிரங்கா இருந்தது. திருப்பதிக்கு வந்து உனக்கு மொட்டை அடிக்கிறதா அப்ப வேண்டிண்டேன். என்ன காரணம் தெரியலே, அது தள்ளிப் போய்ண்டே வந்துடுத்து... எப்படியும் உன் பிள்ளைக்கு மொட்டை அடிக்க அடுத்த வாரம் திருப்பதி போகணும்... அப்படியே உன் பிரார்த்தனையையுமம் செலுத்திடலாம்...'' என்றாள்.

தாயாரின் ஒவ்வொரு வார்த்தைகளும் ராமானுஜத்தின் ஸ்டெப் கட்டிங் செய்யப்பட்ட தலையில் ஸ்கைலாப் துகள்களாக விழுந்தன!

அந்த மூன்று நட்சத்திரப் பலகாரக் கடையின் திறந்தவெளிப் புல் மைதானத்தில், ஜாம்பஜார் வியாபாரி ரூபாய்க்கு நான்கு எனக் கூறுபோட்டு வைத்திருப்பானே அதுபோல் நாற்காலிகள் நான்கு நான்காக இடைவெளி விட்டு அமைக்கப்பட்டிருந்தன. அவற்றில் ஒன்றில் குடும்பத் தலைவன் வி.டி.சாரியின் மணிபர்சை மினி பர்சாக மாற்றும் காரியத்தில் அக்குடும்பத்தின் பிரஜைகளான வி.டி. சாரியின் பாரியாள் கௌசல்யா (இவளது குணம் அந்த ராமாயணக் கௌசல்யாவுக்கு இருந்திருந்தால் வனவாசத்திற்கு சத்தியமாக தசரதன் சென்றிருப்பான்), வி.டி.சாரியின் சீமந்த புத்திரன் அனந்து (ஜாடையில் அனுமந்து...), பத்தாவது மாதம்தான் குழந்தை ஜனிக்கும் என்கிற மருத்துவ சாத்திர நியதியை மாற்றி இரண்டு மாதம் முன்னதாகவே அவசரமாக அவதரித்த இந்திரா (எமர்ஜென்ஸி டெலிவரி) ஆகிய மூவரும் ஒரு குஜராத்தியின் கற்பனையில் உதித்த இனிப்பை 'வாதாபி ஜீரணோபவ' செய்து கொண்டிருந்தார்கள்.

அறுசுவை உண்டிகளை அருந்திவிட்டு 'பிளேட்'டில் கை கழுவினாள் கௌசல்யா. 'எலிசபெத்' ராணியின் குதிரைப்படைத்

தலைவனைப் போல உடையணிந்த அந்த 'பேரர்', கௌசல்யாவின் மீது மானசீகமாகக் காறித் துப்பிவிட்டு, மனைவியின் அநாகரிகத்தை கணவனிடம் கண்களால் நாசூக்காக முறையிட்டான்.

''சர்வர் சார்... மன்னிச்சுடுங்கோ... கௌசல்யா பொறந்த வீடு திருக்காட்டுப் பள்ளி புகுந்த வீடு திருவல்லிக்கேணி ஒண்டுக் குடித்தனம்... ஆசைப்பட்டாளேன்னு அழைச்சிண்டு வந்தேன்... அவளுக்கு சாப்பிடத்தான் தெரியும். சிவிலைசேஷன் தெரியாது'' என்று கண்ணால் கூறினான் வி.டி.சாரி.

அடுத்து வந்தது நுரை பொங்கும் காப்பி. (என்ன, காப்பியில் இப்படி ஒரு நுரை. காப்பிக்கு சர்க்கரை போடறானா?.... வி.டி. சாரியின் நெடு நாளைய சந்தேகம் இது....)

பல்லிடுக்கில் மாட்டிக் கொண்ட மசாலாவின் உதிரிகளை எடுக்க ஒரே சீராகச் சீவப்பட்ட தென்னங்குச்சிகள். (யாருக்கும் தெரியாமல் அக்குச்சிகள் சிலவற்றை வி.டி.சாரி பாக்கெட்டில் போட்டுக் கொண்டான். திருமண் இட்டுக்கொள்ள உதவும்) சாதாரண ஓட்டலில் பார்க்கும் 'பில்' போல் இல்லாமல் ஏதோ ஒரு கம்பெனியின் 'பாலன்ஸ் ஷீட்' போல் நீண்டு கொண்டே போன 'பில்' அடங்கிய தட்டை வி.டி.சாரியின் முன் வைத்து 'பேரர்' டிப்ஸுக்காக நமஸ்கரித்தான்.

சராசரி நடுத்தர வர்க்கத்தின் இரண்டு நாள் அத்யாவசிய தேவைகளைப் பூர்த்தி செய்யப் போதுமான தொகை, கடந்த ஒரு மணி நேரமாகத் தன் குடும்பம் 'கபளீகரம்' செய்த 'டிபன் பில்'லாக விசுவரூபம் எடுத்து நிற்பதைக் கண்டு வி.டி.சாரி சிறிது மலைத்தான். நான்கு பத்து ரூபாய் நோட்டுகளை வீசியெறிந்தான். பில் போக மீதி இருந்த நான்கு ரூபாய் சொச்சத்தை சர்வருக்கு சன்மானமாக அளித்து எழுந்தான் சராசரி இந்தியனான வி.டி.சாரி.

''அப்பா... அது வேணும்பா.''

அனந்து கை காட்டிய திசையில் ரீட்டா ஐஸ்கிரீம் வண்டி.

''நாப்பது ரூபாய்க்குக் கொட்டிண்டு இன்னும் இது வேறயா...?'' வி.டி.சாரி இரைந்தான்.

''ஏன் இப்படிக் கத்தறேள்? குழந்தை ஆசைப்படறான். வாங்கித் தந்தா குறைஞ்சா போயிடுவேள்... இன்னிக்கு வாங்கித் தந்தாத்தான் உண்டு... இனிமே சம்பளம் அடுத்த மாசம்தான்'' என்று கௌசல்யா நினைவூட்டியதும் வி.டி.சாரி சிறிது மிரள மிரள வரப் போகும் மீதி முப்பது நாட்களுக்கு என்ன செய்வது என்று யோசித்தான்.

ரீட்டாக்காரர் பைக்கு வி.டி.சாரியின் ஐந்து ரூபாய் நோட்டு சென்றது.

''அப்பா ஐஸ்கிரீம் வாங்கித் தந்தாளோல்லியோ... அனந்து, அப்பாவுக்கு முத்தா குடு.''

வி. டி. சாரியின் கன்னத்தில் பிசுபிசுப்புக் கலந்த அனந்துவின் 'ரீட்டா' முத்தம் 'சாக்கோபாராக' இனித்தது. சராசரி இந்தியன் வி.டி.சாரி கடந்த இரண்டு மணி நேரத்தில் செலவழித்தது நாற்பத்தைந்து ரூபாய், இருபத்தைந்து பைசாக்கள். (கவச குண்டலத்தோடு பிறக்கவில்லையே தவிர மற்றபடி கௌசல்யா கொடையில் கர்ணனுக்கு நிகரானவள்... குருட்டுப் பிச்சைக்காரனுக்கு இருபத்தைந்து பைசாக்கள் கிடைத்தன.) வி.டி.சாரியின் குடும்பம் அங்கிருந்து நகர்ந்ததும், அந்தக் குருட்டுப் பிச்சைக்காரன் கிடைத்த இருபத்தைந்து பைசாவுக்கு வாங்கிய 'மக்கள் குரலில்' மூழ்கினான்.

''டாக்ஸி... டாக்ஸி...'' என்று பல்லவனைப் புறக்கணித்தான் சராசரி இந்தியன் வி.டி.சாரி.

''எங்க சார் போகணும்?'' டாக்ஸி செகண்ட் கியரில் உறுமியது.

''கௌசல்யா, டாக்ஸி நிக்கறது... சொல்லு, எந்த சினிமான்னு சட்னு..''

''அமர் அக்பர் அந்தோனி ஓடறது சந்தானத்துல.'' கௌசல்யா கெஞ்சினாள்.

''கர்மம்... அது சந்தானம் இல்லை.. சாந்தம் தியேட்டர்ல.. ஏண்டி, இந்திப் படம் நமக்குத் தேவைதானா?'' இந்தித் திணிப்பு வி.டி.சாரிக்கு ஆகாது.

''இல்லைன்னா... அந்தப் படத்துல அமிதாப் தச்சன் ரொம்ப நன்னா நடிச்சுருக்காராம்.''

''அறிவு கெட்டவளே... அமிதாப் தச்சனுமில்லை, மேஸ்திரியுமில்லை... அமிதாப்பச்சன்... எப்படி... நன்னா நடிச்சுருக்காரா... கொன்னுப்புடுவேன். நடிச்சுருக்கான்னு சொல்லு... பெரிய தாலி கட்டின புருஷன்... மரியாதை வேற, நடிச்சுருக்காராம். உனக்கல்லாம் ஏண்டி இந்திப் படம்...'' வி.டி. சாரி எதிர்த்தான். கௌசல்யா கெஞ்சினாள். வி.டி.சாரி எதிர்த்தான் கௌசல்யா மிஞ்சினாள். கௌசல்யா கொஞ்சினாள். வி.டி.சாரி பணிந்தான்.

இடைவேளையில் பாப்கார்ன், சோடா, கலர் இத்யாதிகளை

அனந்து, இந்திரா, கௌசல்யா பதம் பார்த்தார்கள். அன்று வாங்கிய சம்பளத்தில் அறுபத்தைந்து ரூபாய் கோவிந்தா....!

கபாலீஸ்வரர் சந்நிதித் தெரு. திரௌபதி வஸ்திராபரணமாக 'தாரா சில்க்காரன்' குவித்திருந்த புடவைக் குப்பையில் கௌசல்யா, ராமர் கலரைத் தேடிக் கண்டுபிடித்தாள். கிடைத்த 'ராமர் கலர்' பட்டுப் புடவையை லாகவமாக மேலே போர்த்தி, எதிர்க் கண்ணாடியில் அம்பாளாக ஜொலித்தாள் கௌசல்யா.

தன் மனைவி கௌசல்யாவுக்கு எங்கிருந்து வந்தது இந்த வசீகர அழகு என்று நினைத்துப் புளகாங்கிதமடைந்தான் வி.டி.சாரி. புடவையின் விலை இருநூறு ரூபாய். வி.டி.சாரியின் மனத்தில் ஒரு மாத மளிகை சாமான் செலவு ஒரு நிமிடம் தோன்றி மறைந்தது. ''அம்மாவுக்கு இந்தப்புடவை அற்புதமா இருக்கு!'' கடைக்காரனின் வியாபாரம் கலந்த ரசிகத்தன்மை. மனைவியின் அழகை மாற்றான் புகழக் கேட்கும் தன் நிலை குறித்து வி.டி.சாரி மனம் புழுங்கினான். இத்தனை அழகையும், போயும் போயும் 'சின்னாளம்பட்டி'யிலும் சீப்பான 'வாயிலிலும்' இது நாள் வரை மறைத்த தன் மடமையைக் குறித்து வருந்தினான் வி.டி.சாரி. ஆவேசமாகப் பொங்கி யெழுந்தான் சராசரி இந்தியன். இருநூறு ரூபாய்களை விட்டெறிந்து 'ராமர் கலர்' பார்சலோடு மனைவி மக்கள் புடைசூழ தலைநிமிர்ந்து வெளியேறினான் சராசரி இந்தியன் வி.டி.சாரி.

மனைவி சொன்னாள், ''சராசரி இந்தியரே, நீர் அந்த 'கூலிங் கிளாஸ்' போட்டால் 'தர்மேந்திரா' போல் இருப்பீர்'' என்று. முப்பத்தைந்து ரூபாயில் சராசரி இந்தியன் வி.டி.சாரியின் முகத்தில் 'தர்மேந்திரத்தனம்' குடிவந்தது. பாரியாள் சொன்னாள், ''பாலியஸ்டரில் நீர் கமலாகத் தோற்றமளிக்கிறீர்'' என்று. சராசரி இந்தியன் வி.டி.சாரி, கமலஹாசனாகக் கண்ட பலன் முப்பத்தெட்டு ரூபாய் இருபத்தியோரு பைசாக்கள்.

சராசரி இந்தியனான வி.டி.சாரியின் அன்றைய வரவு அறுநூத்தி அறுபத்தெட்டு ரூபாய் நாற்பத்திரண்டு பைசாக்கள், செலவு முந்நூத்தி முப்பத்தெட்டு ரூபாய் இருபத்தியோரு பைசாக்கள். கையிருப்பு முந்நூத்தி முப்பது ரூபாய் இருபத்தியோரு பைசாக்கள். இதை வைத்துக் கொண்டுதான் அவன் வாடகை தரவேண்டும், மளிகை வாங்க வேண்டும். பேப்பர் படிக்க வேண்டும், பஸ்ஸில் போக வேண்டும்... வி. டி. சாரியால் முடியுமா...? நானும் நீங்களும் தான் மலைக்க வேண்டும். அங்கே பாருங்கள், தன் குடும்பத்தின்

ஆசைகளை ஒரே நாளில் நிறைவேற்றிய வெற்றி மிதப்பில் நடக்கும் சராசரி இந்தியனான வி.டி.சாரியின் நடையில்தான் என்ன ஒரு கம்பீரம்...

மறுநாள்... மூடப்பட்ட அந்த கம்பெனியின் ஊழியர்கள் கோட்டையை நோக்கி ஊர்வலமாகச் செல்லுகின்றனர். ஆக்ரோஷமாகக் கத்திக் கொண்டு முன்னே நடக்கும் அந்தத் தலைவனை எங்கோ பார்த்திருக்கிறோமே... அட, நம் வி. டி. சாரி. கையில் பிடித்த ஒலிபெருக்கியில் அவன் என்ன முழங்குகிறான். ''ஏறி வரும் விலைவாசியைச் சமாளிக்க... போனஸை உயர்த்து... சராசரி இந்தியனின் அத்யாவசியத் தேவைகளைப் பூர்த்தி செய்ய போனஸ் பணத்தை உயர்த்தி வழங்கு.''

இந்த சராசரி இந்தியனின் அத்யாவசியத் தேவைகள்... என்ன சார், ஏன் சிரிக்கிறீங்க....? சொல்லிட்டு சிரிங்க சார்....

கல் வாசனை

சென்ற சித்திரையில் விடுமுறைக்கு வந்திருந்த எனது வங்காள நண்பர் ஒருவர் என்னிடம் தமிழ் மேடை நாடகங்களைப் பற்றிக் கீழ்க் கண்டவாறு அங்கலாய்த்துக் கொண்டார்.

''என்னப்பா, உங்க தமிழ் டிராமால்லாம் திருப்பித் திருப்பி ஒண்ணு துணுக்குத் தோரணமா இருக்கு, இல்லை தத்துவப் பந்தல்களா இருக்கு. பார்த்த நாடகத்தையே மறுபடி பாக்கறோமோன்னு ஒரு பிரமை வரது. கல்கட்டால வந்து பாரு பெங்காலி ஸ்டேஜை. செருப்பு தைக்கறவனைப் பத்தியும் டிராமா போடறோம் கிதார் வாசிக் கறவனைப் பத்தியும் நாடகம் நடத்தறோம்.''

வங்காள நண்பர் பிரமிக்கும் வகையில் வித்தியாசமான ஒரு நாடகத்தினை அடுத்த சித்திரைக்குள் எப்படியாவது போட்டுவிட வேண்டும் என்று எனக்கு நானே தலையில் அடித்து சபதம் செய்து கொண்டேன். விளைவு 'கல்வாசனை' என்ற இந்த சிறு நாடகம். இதில் வரும் கதாபாத்திரங்கள் இதுவரை நீங்கள் தமிழ், தெலுங்கு, மராத்தி, வங்காளம் போன்ற எந்த மேடையிலும் சந்தித்திராத கற்காலத்தில் வாழ்ந்த நமது மூதாதையர்கள்.

கல்தோன்றி மண் தோன்றா காலத்தில் வாழ்ந்த நமது மூதாதையர்களைப் பற்றிய இந்த நாடகத்திற்கு 'கல்வாசனை' என்ற தலைப்புதான் பொருத்தமாகப் பட்டது. அப்படியே பொருத்தமா இல்லாட்டித்தான் என்ன இப்போ! புடவை ஒண்ணுத்தைத் தவிர தலைப்புக்கு பொருத்தமா இந்தக் காலத்துல எதுதான் இருக்கு?

நியாயமாகப் பார்த்தால் இந்த நாடகத்திற்கு வசனமே கூடாது. நமது மூதாதையர்களுக்கிடையே மொழிப் பிரச்சினை இல்லாததால், அவர்கள் குழந்தையைக் கண்டிப்பதிலிருந்து, காமவெறி வரை எல்லா உணர்ச்சிகளையும் எதிராளிக்குப் புரிய வைக்க மின்னல் வேகத்தில் முக பாவங்களை ராட்சஸத்தனமாகக் காட்டினார்கள்.

அதற்காக நாடகம் என்று பீற்றிக் கொண்டுவிட்டு வசனமே இல்லாமல் வெற்றுத்தாளைத் தர விருப்பமில்லாததால் நாம் தற்போதைய நாடகங்களில் பேசும் பழகுதமிழ் நமது

மூதாதையர்களுக்கு ஒருவேளை தெரிந்திருந்தால்... அவர்கள் என்ன வசனம் பேசியிருப்பார்கள் என்ற கற்பனையின் விளைவே 'கல்வாசனை' என்ற இந்நாடகம்.

நமது மூதாதையர்கள் அசுரத்தனமான வளர்ச்சியோடு திடகாத்திர சொரூபமாக இருந்தார்கள் என்று கர்ணபரம்பரைக் கதைகளில் கேள்விப்பட்டிருப்பதால் இதில் வரும் கதாபாத்திரங்களின் குறைந்தபட்ச ஆயுள், உயரம், எடை முறையே ஐநூறு வருடங்கள், ஐம்பது அடி, ஆயிரம் பவுண்டுகள்.

கதையை வைத்துப்பார்த்தால், 'கல்வாசனை' வழக்கமாக நாம் பார்க்கும் கணவன்மனைவி, மாமியார் மாட்டுப் பெண் போன்று குழந்தை குட்டிகளோடு சேர்ந்து பார்க்கக் கூடிய உன்னதமான குடும்பச் சித்திரம்தான்.

காட்சி 1

காலம் : பாறாங்கற்காலம் (கற்காலத்திற்கும் முந்திய காலம்.)

இடம் : மிருக நடமாட்டமே இல்லாத பயங்கரமான காட்டின் ஒரு பகுதி. (மிருக நடமாட்டம் இல்லாததற்குக் காரணம்... இங்கு அவைகளைவிட பயங்கரமான நமது மூதாதையர்கள் இருந்தார்கள்.)

பாத்திரங்கள் : கதாநாயகி 'பிடாரி'யின் தந்தை 'இடும்பன் காட்டேரி', கதாநாயகியை ஐம்பது மாதம் வயிற்றில் சுமந்து பெற்ற (நமது மூதாதையர்கள் நம்மைவிட எதிலும் ஐந்து மடங்கு அதிகமாகவே இருந்தார்கள்.) தாய் 'இருளச்சி', மற்றும் அக்கம்பக்கத்து காட்டுமிராண்டிகள். இது தவிர இவர்கள் செல்லமாக வளர்க்கும் யானை, மலைப்பாம்பு, காண்டாமிருக டயனாசரஸ் போன்ற மிருகங்கள் அங்கு சுவாதீனமாக அலைந்து கொண்டிருந்தன.

கதாநாயகியின் தந்தை 'இடும்பன் காட்டேரி' தாழ்வான ஒரு மரக்கிளையில் கன்னத்தில் கைவைத்தபடி தலைகீழாகத் தொங்கிக்கொண்டு முன்னும் பின்னும் சோகமாக ஆடிக் கொண்டிருக்கிறான்.

தனது எஜமானரின் சோகமான மனநிலையைப் புரிந்து கொள்ள முடியாத, ஐந்தறிவு படைத்த நீர் யானை ஒன்று அப்போது அங்கு வந்து 'இடும்பன் காட்டேரி'யை விளையாட்டாகச் சீண்டிவிட, அதனால் கோபமுற்ற இடும்பன் காட்டேரி நீர் யானையின்

கன்னத்தில் பளாரென்று அறைய நீர்யானை அழுதுகொண்டே கண்ணீர் யானையாக மாறி ஓட்டம் பிடித்தது.

கணவனுக்காக ஆசையாக ஒரு முழு காட்டெருமையை அலட்சியமாகக் கொம்பைப் பிடித்தவண்ணம் காட்டுத் தீயில் 'ரோஸ்ட்' செய்து கொண்டிருந்த இடும்பன் காட்டேரியின் மனைவி இருளச்சி நீர் யானையின் அழுகுரல் கேட்டு ஓடிவருகிறாள்.

இருளச்சி : (பூமி அதிர ஓடி வந்து) இன்னிக்கு என்னாச்சு உங்களுக்கு? ஏன் இப்படி காலைலேந்து சிடுசிடுனு இருக்கீங்க. அக்கம்பக்கத்துலக உள்ளவங்கள்ளாம் தப்பா நெனைச்சுக்கப் போறாங்க... (என்று அவளால் முடிந்த வரையில் தாழ்வான குரலில் கேட்க, அந்த சத்தத்திற்குப் பயந்தே பறவைகள் எல்லாம் சிறகடித்து கூட்டுக்குள் ஒளிந்தன.)

இடும்பன் காட்டேரி : என்னை ஒண்ணும் கேக்காத. எனக்கு மனசு சரியில்லை! (என்று கோபமாகக் கூறிவிட்டு தலைகீழாகத் தொங்கிக் கொண்டிருந்தவன் மணிக்கு முந்நூறு கிலோமீட்டர் வேகத்தில் முன்னும் பின்னும் வெறித்தனமாக ஊஞ்சலாட அவனது ஆட்டத்தைத் தாங்க முடியாமல் அந்த பிரும்மாண்டமான ஆலமரம் வேரோடு பிடுங்கிக் கொண்டு கீழே சாய்ந்தது.)

இருளச்சி : கீழே விழுந்த ஆலமரத்தை 'நாளை அடுப்பெரிக்க உதவும்' என்ற எண்ணத்தில் அதை நான்காக உடைத்து ஒரு ஓரமாகப் போட்டுவிட்டு, கீழே விழுந்ததால் கணவனின் உடம்பில் படிந்த புழுதியைத் தட்டிவிட்டவண்ணம்) உங்களுக்கு மனசு சரியில்லேன்னு எனக்கு அப்பவே தெரியும்...

இடும்பன் காட்டேரி : எப்படி? (என்று உரத்த குரலில் கர்ஜிக்க,)

இருளச்சி : (கணவனின் கூச்சல் தாங்காமல் தனது இரு செவிகளிலும் உடைந்த ஆலமரக் கிளையை நுழைத்துக் கொண்டு) சேச்சேச்சே... ஏன் இப்படி காட்டுமிராண்டியாட்டம் கத்தறீங்க? உங்க கவலை என்ன? மொதல்ல அதைச் சொல்லுங்க.

இடும்பன் காட்டேரி : என்ன இருள்... (இருளச்சியை செல்லமாக இருள் என்று சந்தோஷத்தில் அழைப்பது வழக்கம்) நீயும் புரியாம பேசற... வர வைகாசியோட நம்ப பொண்ணு பிடாரிக்கு (கதாநாயகி) நூத்து ஐம்பது வயசு முடியறது. அவளை பொறுப்பா ஒத்தன்கிட்ட கல்யாணம் கட்டிவச்சுட்டா நானும் மீதி இருக்கிற சொச்சநச்ச இருநூறு வருஷத்தைத் தள்ளிட்டு கண்ணை மூடலாம்னு பாத்தா, பிடாரிக்கு ஒரு வழி பொறக்க மாட்டேங்குதே, அதான் கவலையாயிருக்கு...

இருளச்சி : பூ... இவ்வளவுதானா (என்று கூறி காறித் துப்புகிறாள். அப்பொழுது அவள் துப்பிய உமிழ் நீர் அங்கு ஒரு ஓடையாக மாறி ஓடுகிறது.

அப்பொழுது கதாநாயகி பிடாரி தனது இரு கைகளாலும் ஒரு காட்டு யானையின் தும்பிக்கையைப் பிடித்து கரகரவென்று தட்டா மாலை சுற்றிக்கொண்டே வருகிறாள்.

பிடாரி, மாதா பிதாவைப் பார்த்த சந்தோஷத்தில் வேகமாகச் சுற்றிக் கொண்டிருந்த யானையின் தும்பிக்கையை விட, யானை எட்டு மைல் தள்ளி அதே வேகத்தில் போய் விழுகிறது.)

இடும்பன் காட்டேரி : என்னம்மா பிடாரி, இன்னும் எத்தனை நாளைக்குதான் இப்படி விளையாட்டுப் பொண்ணா இருக்கப் போற... உன்னை கல்யாணம் பண்ணிக் கொடுத்து ஒத்தன் கைல -ஒப்டைச்சுடறதா நானும் உங்கம்மாவும் முடிவு பண்ணியிருக் கோம். நீ என்ன சொல்ற?

பிடாரி : போப்பா.. எனக்கு வெக்கமா இருக்கு. (ஏற்கனவே அட்டைக்கரியாய் இருந்த அவள் முகம் நாணத்தால் மேலும் கறுக்க, தனக்குத் திருமணம் என்று பெற்றோர்கள் தன் எதிரிலேயே குறிப்பிட்டதால் உண்டான கூச்சத்தில் அந்த இடத்தை விட்டு எழுந்து ஓட ஆரம்பித்தாள்.)

இடும்பன் காட்டேரி : ம்... பாவம் அறியாப்பொண்ணா இருக்கா நம்ம பிடாரி. நாளைக்கு புருஷன் வீட்டுல போய் எப்படித்தான் குப்பை கொட்டப் போறாளோ! ம்... (என்று கூறி பெருமூச்சு விட, அவன் நாசியிலிருந்து புறப்பட்ட சுவாசக் காற்று அங்கு தற்காலிகப் புயலாகச் சில நிமிடங்கள் வீசுகிறது.)

இருளச்சி : ஏண்ணா... உங்க ஃபிரண்டு ஒத்தர் பக்கத்து காட்டுல இருக்காரே அவர் பேர் என்ன?

இடும்பன் காட்டேரி : யாரைச் சொல்ற? (குழப்பத்தால் தனது பரட்டைத் தலையை அவன் சொறிந்து கொள்ள, தலைமுடிக் கொத்திலிருந்து பல்லி, தேள், கரப்பான் பூச்சி போன்ற சிறு சிறு ஜந்துக்கள் குதித்து ஓடுகின்றன.)

இருளச்சி : அதாங்க... ஆளுகூட குள்ளமா முப்பது அடி உச ரத்துக்கு தக்கூனூண்டுக்கு இருப்பாரே...

இடும்பன் காட்டேரி : யாருடி நம்ப பிரம்மராட்சஸனை சொல்றியா?

இருளச்சி : அவரேதான். அவர் பையன்கூட கோரஸ்வரூபன்கற பேருக்கேத்த மாதிரி பாக்க லட்சணமா இருக்கான். மத்த பசங்க மாதிரி தறுதலையா இல்லாம சமத்தா தினமும் வேட்டையாடி

கைநெறைய புலி, சிங்கம், கரடினு சம்பாதிக்கறான். நம்ப பிடாரியை அவனுக்கு கட்டி வச்சா பொருத்தமா இருக்கும்.

இடும்பன் காட்டேரி : நீ சொன்னா சரிதான். தோ இப்பவே போய் பிரம்மராட்சஸனைப் பாத்து கல்யாணம் பேசி முடிச்சுட றேன். சுபஸ்ய சீக்கிரம்னு பெரியவங்க சொல்லியிருக்காங்க... (என்று கூறிவிட்டு இருந்த இடத்திலிருந்தே ஒரு குதி குதித்து இடும்பன் காட்டேரி பக்கத்துக் காட்டிற்குத் தாவுகிறான்.)

காட்சி 2

இடம் : உயரமான ஒரு ஆலமரத்தின் உச்சியில் பிரம்மராட்ச ஸனின் வீடு.

பாத்திரங்கள் : பிரம்மராட்சஸன், அவன் மனைவி அசுரபுஷ்டி நாயகி, இடும்பன் காட்டேரி.

(திருமணப் பேச்சு வார்த்தை நடக்கிறது.)

இடும்பன் காட்டேரி : முடிவா நீங்க என்ன சொல்றேள்?

அசுரபுஷ்டி நாயகி : தோ பாருங்கோ, உங்க பொண்ணுக்கு என் பையனை தரதுல எனக்கு ஆட்சேபனை இல்லை. ஆனா

நீங்க வரதட்சணையா நாப்பத்துரெண்டு யானை, முப்பது சிங்கம், இருபத்து நாலு புலி தரணும். இது தவிர கல்யாணத்துக்கு எம் புள்ளையோட ஃபிரண்ட்ஸ்லாம் வருவா. அவாளுக்கு மட்டும் எப்படியாவது முகூர்த்தத்தும் போது தனியா பந்திபோட்டு 'நரமாமிசம்' போட்டுடுங்கோ. ஜான்வாசம் ரத்தவிளாரி அம்மன் கோவில்லேந்து வச்சுக்கறதா இருக்கோம். ஜான்வாச ஊர்வலம்னா மெதுவாத்தான் நகரணும். எப்படியாவது சிரமப்பட்டு கடல் ஆமையை ஊர்வலத்துக்கு அழைச்சிண்டு வந்துடுங்கோ..

இடும்பன் காட்டேரி: நீங்க சொன்னதெல்லாம் எப்படியாவது தலையை அடமானம் வச்சாவது தந்துடறேன். அந்த வரதட்ச ணையை மட்டும் நீங்க குறைச்சுக்கணும். இப்ப இருக்கற வெலைவாசில இருபத்தி நாலு புலி கொஞ்சம் கஷ்டம்னு எனக்குப் படறது. நானும் எம் பொண்ணு கல்யாணத்துக்காக எப்படியோ கஷ்டப்பட்டு வேட்டையாடி நீங்க சொன்ன யானை, சிங்கம்லாம் சேர்த்து வச்சுட்டேன். புலி வேட்டை இப்பலாம் ரொம்ப அபூர்வமா போயிடுத்து உங்க புருஷனுக்கே தெரியும். என் கிட்ட இப்ப சக்திக்கு இருபது புலி இருக்கு. மீதி நாலு புலிக்கு பதிலா எட்டு காட்டுப் பூனையை தந்துடறேன். பாக்க புலிமாதிரியே இருக்கும்.

அசுரபுஷ்டிநாயகி : அதாவது சுத்தி வளைச்சு அசல் புலிக்கு பதிலா எவர்சில்வர் புலியை என் தலைல கட்டப் பாக்கறீங்க. இல்லியா, தோ பாருங்கோ, நான் சொன்னதெல்லாம் கொடுக்கற பட்சத்துல நாம மேற்கொண்டு கல்யாணத்தைப் பத்தி பேசலாம். அப்புறம் உங்க இஷ்டம். *(தனது கோபத்தைக் காட்ட பல்லை நறநறவென்று கடித்து ஒஸிபிஸா சத்தம் உண்டாக்குகிறாள்.)*

இடும்பன் காட்டேரி : மன்னிச்சுக்கணும். தெரியாம பேசிட் டேன். எப்படியாவது இருபத்து நாலு புலியை கல்யாணத்துக்குள்ள தேத்திடறேன்! *(என்று கூறிவிட்டு தாழ்வான குரலில் தனக்கு மட்டும் கேட்கும்படி பேசுகிறார்.* சேத்தரி... என்னிக்குத்தான் இந்த வரதட்சணை கொடுமை ஒழியுமோ!

காட்சி 3

இடம் : வசதி படைத்தவர்கள் மட்டும் திருமணம் நடத்தும் 'பாழும் குகைச் சத்திரம்.'

பாத்திரங்கள் : மணமக்கள், அவர்களுடைய பெற்றோர்கள், மற்றும் அண்டை அசல் காட்டிலிருந்து திருமணத்திற்கு வந்துள்ள காட்டுமிராண்டிப் பெரியவர்கள்...

பிடாரி கோரஸ்வரூபன் திருமணம் நடக்கிறது. வந்தவர்கள் எல்லோரும் தங்கள் சக்திக்கேற்ப ஆடு, மாடு, புலி, கரடி என்று மணமக்களுக்கு பரிசாக 'மொய்' எழுதுகிறார்கள்.

மணமகள் பிடாரியின் கழுத்தில் தாலி கட்டி மூன்று முடிச்சு போடும் சமயத்தில் மணமகன் கோரஸ்வரூபன் மூன்றாவது முடிச்சை சுபாவமான வெறியில் இறுக்கமாகப் போட, அதனால் மூச்சுத் திணறிய பிடாரி 'குய்யோ முறையோ' என்று மங்களமாகக் கூவுகிறாள்.

காட்சி 4

இடம் : கோரஸ்வரூபன் வீடு.

பாத்திரங்கள் : கோரஸ்வரூபன், புது மனைவி பிடாரி, பிடாரியின் மாமியார்க்காரி அசுரபுஷ்டி நாயகி.

(கல்தோன்றி மண் தோன்றாக் காலத்திலேயே ஆரம்பித்து விட்ட மாமியார் மாட்டுப்பெண் மோதல் இங்கும் அவர்களுக்கே உரிய பாணியில் நடக்கிறது.

கோரஸ்வரூபன், அறையின் நடுவில் கோடரியால் வெட்டப்பட்டவனின் மரண ஓலம் போல பயங்கரமான சப்தத் தோடு குறட்டை விட்ட வண்ணம் ஆழ்ந்த நித்திரையில் இருக்கிறான். அப்போது அவனது தாய் அசரபுஷ்டிநாயகி தலைவிரி கோலமாக ஓடி வந்து தனது மகனை ஒரு உதை உதைத்து எழுப்புகிறாள்.)

அசுரபுஷ்டிநாயகி : அடேய் கோரஸ்வரூபா! உம் பொண்டாட்டி செஞ்ச காரியத்தை பாத்தியா... என் தலைல குட்டிட்டாடா! *(தலையைக் காட்டுகிறாள். பிடாரி சூட்டிய இடத்திலிருந்து ரத்தம் பெருகி ஓடுகிறது.)*

பிடாரி : (ஓடிவந்து) ஒண்ணுமில்லை. நான் லேசா குட்டினதுக்கே உங்கம்மா இப்படி அமக்களம் பண்ணறாளே! இவங்க செஞ்ச சில் மிஷத்தை பாருங்கோ! *(என்று கூறி உள்ளங்கையைக் காட்டுகிறாள். அதில் பிடாரியின் அறுந்த காது இருக்கிறது.)* உங்கம்மா என் காதை அறுத்துட்டாண்ணா! *(என்று கூறி ஓலம் இடுகிறாள்.)*

அசுரபுஷ்டிநாயகி : நான் என்ன வேணும்னா இவ காதை அறுத் தேன். எம் முதுகுல இவ கத்தியால குத்திட்டாடா.

பிடாரி : நம்பாதீங்கோ, உங்கம்மா பொய் சொல்றா.

அசுரபுஷ்டிநாயகி : எனக்குத் தெரியும். நீ இப்படிச் சொல்லு வேன்னுதான் நான் முதுகுல குத்தின கத்தியை எடுக்காம அப்படியே வச்சிருக்கேன். நீயே பாரு! (என்று கூறி முதுகைக் காட்ட அங்கு மூன்று அங்குல ஆழத்திற்கு ஒரு பிச்சுவா பதிந்திருக்கிறது.)

கோரஸ்வரூபன் : சேச்சே.. பொழுது விடிஞ்சு பொழுது போனா எப்பப் பாரு உங்க சண்டையைக் கேட்டுக் கேட்டு புளிச்சுப் போச்சு. ஏண்டா வீட்டுக்கு வரோம்னு இருக்கோம். இதெல்லாம் பாக்கறச்சே பேசாம 'ஆபீசே' கதின்னு அங்கயே பழியா.... கிடந்துடலாம் போலருக்கு.

அசுரபுஷ்டிநாயகி, பிடாரி (இருவரும் ஒரே சமயத்தில்) ஆபீசா! அப்படீன்னா என்ன அர்த்தம்?

கோரஸ்வரூபன் : எவனுக்குத் தெரியும் அர்த்தம். ஏதோ விரக்தில சொல்லணும்னு தோணித்து சொன்னேன்.

பின்குறிப்பு : கோரஸ்வரூபன், மாமியார் மாட்டுப்பெண் சண் டையால் வெறுத்து உச்சரித்த 'ஆபீஸ்' என்ற வார்த்தை நாளடைவில் பிரபலமாகி பலராலும் பேசப்பட்டது. வீட்டில் பிடுங்கல் காரணமாக நிம்மதியாகத் தூங்க முடியாமல் தவித்த மனிதன் அன்று முதல் வெளியில் 'ஆபீஸ்' என்ற பெயரில் ஒரு ரம்மியமான இடத்தைத் தோற்றுவித்து பகல் நேரங்களில் சௌக்கியமாகத் தூங்க ஆரம்பித்தான்.

எனக்குக் கதவு திறந்துவிட்ட
மூன்று பேரை என்னால்
எப்படி மறக்க முடியும்?

கனவுத் தொழிற்சாலைக் கதவுகள்

மெயின் கேட்டைத் திறந்த பாலசந்தர்

இரண்டே நாடகங்கள் எழுதிவிட்டு எழுத்தைப் பொறுத்த மட்டில் குழந்தையாக இருந்த என்னை 'மழலைப் பட்டாளங்கள்' படத்திற்கு எழுத வைத்து அறிமுகப்படுத்த முடிவு செய்து கனவுத் தொழிற்சாலையின் மெயின் கேட்டைத் திறந்துவிட்டவர் பாலசந்தர். அனுபவமின்மை காரணமாக, மெயின் கேட்டில் நுழைந்த நான் ஏனோ மிரண்டு, 'விக்கெட் கேட்' (wicked gate) வழியாக வெளியேறி, வந்த வாய்ப்பை நழுவ விட்டேன். அதன்பிறகு ஐந்து ஆண்டுகள் பாலசந்தர் படங்கள் பார்ப்பது மட்டுமே எனது ஒரே சினிமா சம்பந்தமாக இருந்தது. ஏனோ சினிமா கனவுத் தொழிற்சாலையில் என்னை 'ஆள்' எடுப்பதாக எந்த விளம்பரமும் வரவில்லை.

எனக்குச் சினிமா பிள்ளையார் சுழியை பாலசந்தர்தான் போட வேண்டும் என்பது பகவான் சித்தம் போலும். அவர் திரைக்கதை அமைத்து டைரக்ட் செய்த 'பொய்க்கால் குதிரை' படத்திற்கு வசனம் எழுதும் வாய்ப்பளித்தார். நான் ஒரு சிறு தீவாக இருந்தாலும், கமல், ரஜனி போன்ற அமெரிக்காக்களைக் கண்டுபிடித்த அதே கொலம்பஸ்தான் என்னையும் கண்டுபிடித்தார் என்பதில் எனக்குக் கொள்ளைத் திருப்தி. எனது நாடகங்களைப் பார்த்துவிட்டு விமர்சிப்பதோடு நில்லாமல் வித்தியாசமான நாடகங்கள் போடுமாறு விடாமல் வற்புறுத்துவார். நாடகமேடையின் வளர்ச்சியின் மீது அவர் இன்னும் காட்டும் ஆர்வம் என்னை அசர வைக்கும். அவரது எதிர்நீச்சல் மாதுவால் கவரப்பட்டுத்தான் எனது நாடக நாயகனுக்கு 'மாது' என்ற நாம கரணம் சூட்டினேன். என்னதான் சினிமா என்னைச் சுண்டி இழுத்தாலும், பாலசந்தருக்காகவாவது

முக்தா ஸ்ரீனிவாஸன்

கமலுடன் என் முதல் சந்திப்பு-சுடுகாட்டருகே

எப்படியாவது எதிர் நீச்சல் போட்டு எனது மாதுவை 'எதிர் நீச்சல்' மாதுவாக ஆக்கும் வரை நான் நாடகம் போடுவதில் ஓயமாட்டேன்.

கமர்ஷியல் கேட்டைத் திறந்த முக்தா

எனது சினிமா 'பைபிளில்', பாலசந்தர் 'மோஸஸ்'சுக்குப் பிறகு, கனவுத் தொழிற்சாலையில் காலாற நடக்க எனக்கு வழிகாட்டிய தேவதூதன் ஆபிரகாம் இவர்தான். இவரது வெற்றிப் படமான 'கதாநாயகனுக்கு' என்னை எழுத வைத்து எனக்கு 'கமர்ஷியல்' அந்தஸ்து கொடுத்தவர். நகைச்சுவை எனக்கு 'வெல்லம்' என்றால் இவருக்குப் 'பணியாரம்' நகைச்சுவை வசனங்களை எடைபோட்டு நிர்ணயிக்கவல்ல நியாயத் தராசு. இவையெல்லாம் தவிர என் குடும்ப நண்பர். நான் பள்ளி இறுதி படிக்கும்போது பார்த்த முதல் ஷூட்டிங். வசனத்தோடு இவர் ஷூட்டிங்குக்கு செல்வேன் என்று நான் நினைத்துக்கூட பார்க்கவில்லை. இந்த காமெடி காந்தம், நகைச்சுவை எழுதும் யாரையும் இழுக்காமல் விடாது. எனது மகன் நாளை நகைச்சுவையாக எழுதினாலும். முக்தா மடியில் போட்டுக் கொஞ்சாமல் விட மாட்டார்.

சொர்க்க கேட் திறந்த கமல்.

மேலே சொன்ன மோஸஸ். ஆபிரகாமுக்குப் பிறகு இவர்தான் எனக்குக் கனவுத் தொழிற்சாலையின் சொர்க்க வாசலை திறந்து வைத்த 'ஜீஸஸ்'. இந்த 'ஜீஸஸை' நான் முதல் முதல் சந்தித்தது செயிண்ட் மேரிஸ் சுடுகாட்டில் 'சத்யா' படஷூட்டிங்கை வேடிக் கைப் பார்த்துக் கொண்டிருந்த என்னைக் கூப்பிட்டு வெகுநேரம் டிராமா சினிமா சம்பந்தமாக பேசிக்கொண்டிருந்தார். இந்த

சம்பாஷணையைச் சாக்காக வைத்து 'கமலை' எனது நாடகத்தின் நூறாவது நாள் விழாவுக்குக் கூப்பிட்டேன். வந்து வாழ்த்தியவர் என்னை மீண்டும் கூப்பிட்டனுப்பினார். அடுத்த நாடகத்தின் நூறாவது நாள் விழாவிற்கு அட்வான்சாக புக் செய்யும் ஆர்வத் தோடு சென்ற எனக்கு 'அபூர்வ சகோதரர்கள்' படத்திற்கு வசனம் எழுதச் சொன்னார். தொடர்ந்து இந்திரன் சந்திரன்... தற்சமயம் 'மைக்கேல் மதனகாமராஜன்' வாய்ப்புகள். இந்த இரண்டு ஆண்டில் எனக்கு இருபது வருட அனுபவம் கிடைத்தது. வசனம் எழுதச் சென்ற எனக்கு காமிரா, டப்பிங், எடிட்டிங். மிக்ஸிங் போன்ற கனவுத் தொழிற்சாலையின் அத்தனை எந்திரங்களையும் அறிமுகப்படுத்தியதோடு நில்லாமல், அவற்றின் ஆச்சரியங்களை எனக்கு அக்குவேறு ஆணிவேறாக அம்பலப்படுத்தியும் வைத்தார். கதை, திரைக்கதை, வசனம், நடிப்பு, டான்ஸ் மூவ்மெண்ட்ஸ், ஸ்டண்ட் என சினிமா யோகத்தில் பல ஆசனங்கள் உள்ளன. இவர் எல்லா ஆசனங்களையும் ஒரே நேரத்தில் சேர்த்து 'கமலஹாச னமாக' செய்ய வல்ல ராஜயோகி. நான் நேசிப்பது இவரது நட்பை. 'தொட்டில் பழக்கம் சுடுகாடு மட்டும்' என்பார்கள். இவரை நான் முதலில் சந்தித்தது சுடுகாட்டில்... ஜென்ம ஜென்மமாய் இந்தப் பழக்கம் நிச்சயம் தொடரும்.

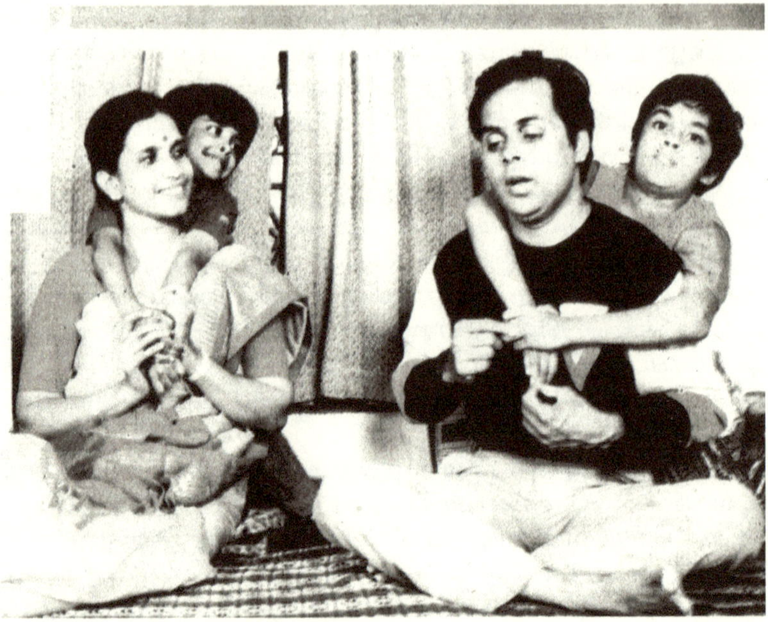

அரசியுடன் ஒரு பேச்சுவார்த்தை

நான் தயாரிக்கும் இந்த இதழைச் சாக்காக வைத்து எனது (இல்லத்து) அரசி ராஜலட்சுமியிடம் படு தில்லாகக் கேட்ட கேள்விகளும் அவள் சொன்ன பதில்களும்:

நான் : தெரிஞ்சோ தெரியாமலோ இப்ப என் தொழில் சினிமா டிராமான்னு ஆயிட்டுது. நீ பத்து வருஷம் முன்னாடி கல்யாணம் பண்ணினது பி.இ., எம்.டெக். படிச்ச இஞ்சினியர் மோகனை...

ராஜலட்சுமி (இடைமறித்து) : இஞ்சினியர்னு சொன்னா போதாதா? பி.இ. எம்.டெக். படிச்சதையெல்லாம் சந்தடி சாக்கிலே பீத்துக்கணுமா?

நான் : படிச்சது மறந்துட்டாலும் படிப்பையாவது ஞாபகப் படுத்திப்போமேன்னுதான். வேண்டாம்னா விட்டுடு. கேளு, என்னோட இந்த மாறுதல்லே உனக்கு ஏதாவது வருத்தம் உண்டா?

ராஜ : பர்ஸனலா எனக்கு வருத்தம் இல்லாட்டியும் ஒரு இஞ்சினியரிங் சீட் கிடைக்க எல்லோரும் அலையறதைப் பார்க்கும்போது படிச்ச படிப்பை இப்படிப் பரண்லே போட்டது கஷ்டமாத்தான் இருக்கு.

நான் : பரண்லே போடலே. பத்திரமா மூளையிலே வச்சிருக்

கேன். சரி. நான் சினிமாவிலே நுழைஞ்சதாலே உனக்கு வருத்தமா. கெட்டுக் கிட்டுப் போயிடுவேன்னு?

ராஜ : நீங்க சினிமாவுல லேட்டாத்தான் நுழைஞ்சிருக்கீங்க. கெட்டுப் போற வயசெல்லாம் தாண்டியாச்சு. அதனாலே பயமும் இல்லை... வருத்தமும் இல்லை.

நான் : உனக்கு எழுத்துல ஆர்வம் உண்டா? அப்பா, அம்மாவுக்கு லெட்டர் எழுதறதெல்லாம் சொல்லக் கூடாது.

ராஜ (யோசித்து) : ஆ....! ஞாபகம் வந்துட்டுது. சமீபத்திலே 'மாலை மலர்' பத்திரிகைக்காக கடைசிப் பத்து வாரம் மகாபாரதம் தமிழ் மொழிபெயர்ப்புப் பண்ணிக் கொடுத்தேன். இந்திக்குத் தமிழ் மொழிபெயர்ப்பு. அதுவும் நான் கொச்சையா தமிழ்லே சொல் வேன். எழுதறது அவங்கதான்.

நான் : நீ இருக்கிற இந்தக் கூட்டுக் குடும்பம் உனக்குப் புடிச்சி ருக்கா?

ராஜ : ரொம்பப் புடிச்சிருக்கு. சொன்னா புரியாது. இருந்து அனுபவிச்சாத்தான் கூட்டுக் குடும்பத்தோட அருமை புரியும். மாமனார், பெரிய மாமனார், பெரிய மாமியார், ரெண்டு மச்சி னர்கள், ஓர்ப்படிகள் அவரவர்கள் குழந்தைகள்... இதோட பலமே தனி. எல்லா கறிகாயையும் போட்டுப் பண்ணிய அவியல்லேதான் நிறைய சத்து இருக்கு. அதுமாதிரி எல்லோரும் சேர்ந்து இருக்கிற கூட்டுக் குடும்பத்திலேதான் பலமே இருக்கு.

நான் : என்னோட டிராமாவெல்லாம் 'வெறும் துணுக்குத் தோரணங்கள். இன்னும் சீரியஸான விஷயங்களைப் பற்றி இவர் எழுதலாம்'னு சில பேர் சொல்றாங்களே. அது பத்தி உன் அபிப்பிராயம் என்ன?

ராஜ : அந்தச் சில பேருக்காக நீங்க மாறுவீங்கன்னு தோணலே. மேலும் அந்தச் சில பேருக்காக மாறுவது அபத்தம். காமெடி எழுதறது எவ்வளவு கஷ்டம்னு உங்க பக்கத்திலேயே இருந்து பார்க்கிற எனக்குத்தான் தெரியும். நகைச்சுவைக்காக நீங்க படறது. நரக வேதனை.

நான் : தொழில் ரகசியம் எல்லாம் ஏன் சொல்றே? சரி. உன்னோடேயும், குழந்தைகளோடவும் நான் குறைச்சலா டைம் செலவழிக்கறது உனக்கு வருத்தமா?

ராஜ : ரொம்ப வருத்தம்தான். என்னை விடுங்க. முக்கியமா குழந்தைகளோட நீங்க பழக நேரத்தை ஒதுக்கணும்.

நான் : அதுக்கு என்ன வழி?

ராஜ : எல்லாத்தையும் இழுத்துத் தலைலே போட்டுக்கறதை

விடுங்க. வந்த வரைக்கும் போதும்னு இருந்தால் நேரம் கிடைக்கும்.

நான் : நான் சினிமா டைரக்ட் பண்ண வாய்ப்புக் கிடைச்சா பண்ண முடியுமா?

ராஜ : திறமை இருக்கலாம்! பொறுமை இருக்குமான்னு தெரியலே.

நான் : நம்ப ரெண்டு பசங்களிலே யாராவது நடிகராகவோ, எழுத்தாளனாகவோ வந்தா உன் ரியாக்ஷன்?

ராஜ : பழக்க வழக்கம், படிப்பு, ஆரோக்கியம் இதை யெல்லாம் கொடுத்து வளக்கறதோட என் கடமை ஓவர். பணம் சேர்க்கறது குழந்தைகளோட பொறுப்பு. அதை எந்தத் துறையிலே போய்ச் சம்பாதிச்சாலும் எனக்குச் சந்தோஷம்தான். ஆனா...

நான் : ஆணுக்குப் பெண் சமம் என்கிறார்களே அது பற்றி....?

ராஜ : அதெல்லாம் சுத்தப் பேத்தல்.

நான் : இருங்க, நான் முடிக்கலே. சமம் எல்லாம் நான் ஒப்புக்க மாட்டேன். ஆணை விட பெண் எவ்வளவோ விதத்திலே உயர்ந்தவள்....

நான் : எப்படிச் சொல்றே?

ராஜ : இப்ப நம்ம ரெண்டு பேரையுமே எடுத்துப்போமே...

நான் : (அவசர அவசரமாக): சரி,சரி... விடு! ஏன் வம்பு? இந்தக் கேள்வியை நீ சாய்ஸ்லே விட்டதா எடுத்துக்கறேன். அடுத்த கேள்வி: பெரியவங்க பார்த்து வைக்கிற கல்யாணம், காதலிச்சுக் கல்யாணம்.. நீ எதை சப்போர்ட் பண்றே?

ராஜ : கல்யாணத்துக்கு முந்தி என்னைக் கேட்டிருக்க வேண்டிய கேள்வி. இருந்தாலும் சொல்றேன். பெரியவங்க பார்த்து செய்யற கல்யாணத்திலே, கல்யாணத்துக்கு அப்புறம் ஒருவரை ஒருவர் நேசிக்கிறாங்க. காதல்லே... நேசிச்சதாலே கல்யாணம் பண்ணிக்கிறாங்க. படிச்சிட்டு வேலைக்குப் போனாலும் வேலைக்குப் போயிட்டுப் படிச்சாலும் என்ன? நல்லபடியா நடந்தா ரெண்டும் சரிதான்.

நான் : கடைசியா, என் கிட்டே பிடிக்காத விஷயம் எது?

ராஜ : நீங்க வெத்தலை சீவல் போட்டுக் குதப்பறது உடம்புக்கும் கெடுதல்... நாலு பேர் உங்களைப் பார்க்க வரும்போது நீங்க இப்படி ஊழலா இருக்கறது எனக்குப் புடிக்கலை.

நான் : (வாயில் வெற்றிலைச் சீவலுடன்) : ஏழ் இப்ழி சொழ் ழழே...

ராஜ : போதும்! துப்பிட்டு வாங்க!

மனைவியைக் கண்டு பயப்படாமலிருக்க ஏழேமுக்கால் யோசனைகள்

1. சார்ப்பட்டா முறை

திருமணத்தன்றே சிம்பாலிக்காக, அம்மி மிதித்த கையோடு (சாரி! காலோடு) உங்களையும் மிதிக்க அங்கீகாரம் பெறப் போகும் 'அவளை', பெண் பார்க்கச் சொல்லும் படலம் அன்றே பின்னால் வரப்போகும் 'அச்சம் தவிர்க்க' அன்று நீங்கள் வலுக்கட்டாயமாக 'ஆண்மை தவறேல்', 'பிளேடு பக்கிரி'; 'செயின்' ஜெயபால், 'சூளை ஜபமணி' போன்றவர்களைக் காசு கொடுத்துக் கூட அழைத்துச் சென்று, வருங்கால மனைவியின் காதில் விழும்படி உரக்க, அவள் தந்தையிடம் அவர்களை அறிமுகப்படுத்தி நீங்கள் எதற்கும் பயப்படாத ஒரு 'சார்ப்பட்டா பரம்பரை' என்பது போல காட்டிக் கொள்ளுங்கள்.

சொஜ்ஜி-பஜ்ஜி காப்பி கொண்டு வந்தால் அதைக் காலால் உதைத்து விட்டு ''சாராயம் ஐநூறு மில்லி, தொட்டுக்க பாயா கறி, அப்பால சைனா டீ, அரைக் கட்டு மங்களூர் பீடி,'' என்று மனப்பாடம் போட்ட மெட்ராஸ் பாஷையில் அட்டகாசமாகக் கேளுங்கள்.

வருங்கால மனைவி ஏதாவது கீர்த்தனை பாடினால் நீங்கள் விசில் அடித்துப் பாராட்டிவிட்டு பதிலுக்கு கையில் கொண்டு போன சாட்டையோடு, 'நான் ஆணையிட்டால்' என்று பாடியபடி மாடியில் ஏறி தூணைப் பிடித்து வழுக்கி இறக்குங்கள். ஆயுசுக்கும் அவள் உங்களைப் பார்த்துப் பயப்படுவாள். இது பய நோய் வரும் முன் தவிர்க்கும் யோசனை.

2. திகில் நாவல் முறை

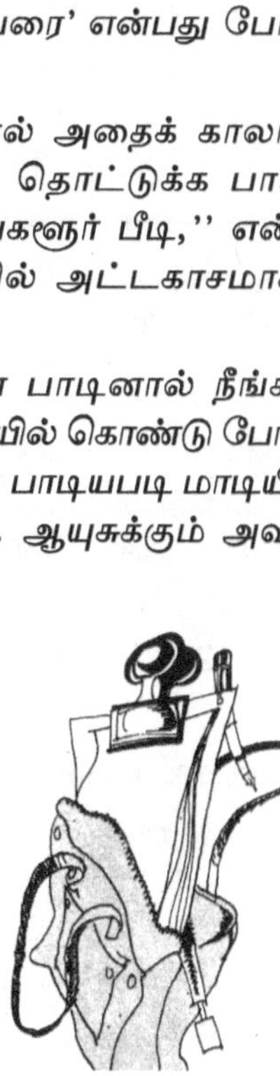

முதலிரவன்றே அவள் பால் பழத்துடன் நுழையும்போது கதவின் பின்பக்கம் ஒளிந்துகொண்டு அவள் எதிர்பாராத சமயத்தில் 'பே!' என்று பிளிறி அவளது சர்வ நாடியையும் நடுங்க வையுங்கள். தேன் நிலவுக்கு ஊட்டி, கொடைக்கானலுக்குப் பதிலாக ஊருக்கு ஒதுக்குப்புறமான

பாழடைந்த பங்களாவுக்கு அழைத்துச் செல்லுங்கள். அவளை தினமும் நைட் ஷோவுக்கு 'எக்ஸார்ஸிஸ்ட், குட்டிச் சாத்தான்' போன்ற பேய் பிசாசுப் படங்களுக்கு மட்டுமே அழைத்துச் செல்லுங்கள். முடிந்தால் 'எள்ளி நகையாடும் கொள்ளிவாய் பிசாசு', 'பித்தக் கொட்டாவி விடும் ரத்தக் காட்டேரி' போன்ற நாவல்களைப் படித்துக் காட்டுங்கள். இதனால் பயந்திருக்கும் அவளைக் கண்டு நீங்கள் பயப்படாமல் இருக்கலாம்.

3. மேக்கப் முறை

வீட்டில் 'பாதாள பைரவி', 'ஆயிரம் தலை வாங்கிய அபூர்வ சிந்தாமணி' போன்ற படங்களுக்கு மேக்கப் போட்டவரை வேலைக்கு வைத்துக் கொள்ளுங்கள். வீட்டுக்குள் நுழையும் முன்பு தெரு முனையில் 'கர்ண கடூர கோர' மேக்கப் போட்டுக் கொண்டு வீட்டில் நுழையுங்கள்.

4. அஹிம்ஸா முறை

மனைவியின் படத்தை வைத்துத் தினமும் தீபாராதனை காட்டிப் பூஜை செய்து, கசிந்து கண்ணீர் மல்க அவளை நெக்குருகப் பாடித் துதி செய்யுங்கள். பயத்தைப் பக்தியாக மாற்றும் வழி இது. இதனால் மனம் குளிர்ந்த மனைவி உங்களுக்கு மாதத்திற்கு ஒருமுறை பயப்படாமல் இருக்கும் வரத்தைக் கூட அளிக்கலாம்.

5. தலை மறைவு முறை

பார்த்தால்தானே பயம்? மனைவியைப் பார்க்கமலேயே இருந்து விடுங்கள். 'பின்தூங்கி முன் எழும் பத்தினி' தூங்கிய பின் நடுநிசியில் திருடன் போல நுழைந்து அவள் எழுந்து கொள்வதற்கு முன்பே அலாரம் வைத்து எழுந்து ஆபீசுக்கு ஓடிவிடுங்கள். விடுமுறை நாட்களை 'விராட பர்வமாக' பாவித்துப் பாண்டவர்களைப்

போல 'அஞ்ஞாத வாசம்' செய்யலாம். அப்படியும் நேருக்கு நேர் சந்திக்க வேண்டிய அவலம் ஏற்பட்டால், கைவசம் வைத்திருக்கும் 'அச்சங்குளம் தொடை நடுங்கிச் சித்தர்' தயாரித்த 'சம்சார பய சர்வரோக நிவாரணி' களிம்பைத் தடவிக் கொண்டு பயம் வராமல் தப்பிக்கலாம்.

6. வல்லரசு முறை

ஊரிலிருந்து உங்கள் அம்மாவை வரவழைத்துக் கொள்ளுங்கள். இரு பெரும் வல்லரசுகளான மாமியாரும் மருமகளும் ஒருவரையொருவர் பார்த்துப் பயப்பட, நாம் (அம்மா ஊர் திரும்பும் வரை) தற்காலிகமாகத் தைரியமாக உலா வரலாம்.

7. தேர்வு முறை

பெரியவர்கள் பார்க்கும் ஊர் பேர் தெரியாத பெண்ணுக்குக் கால் கட்டுப் போட்டுவிட்டு, கயிறால் கட்டினாலும் பயத்தால் கை கால் நடுங்குவதைத் தவிர்க்க முடியாமல் காலம் பூராவும் கஷ்டப்படுவதை விட... இவள் பரம சாது என ஐ.எஸ்.ஐ. முத்திரை நெற்றியில் குத்தப்பட்டிருக்கிறதா என்று தேடிப் பார்த்து ஒருத்தியைத் தேர்ந்தெடுத்து, அவளைக் கல்யாணம் காதலித்து செய்து கொள்ளுங்கள்.

7 ¾ : தடங்கல் முறை

ஏதோ ஒரு தைரியத்தில் அவளிடம் நீங்கள் தெரியாத்தனமாக மரியாதைக் குறைவாக நடந்து விட்டீர்கள். உங்களை நோக்கி ஆக்ரோஷமாக வரும் மனைவியைக் கண்டு பயப்படாமல் இருக்க... அப்புறம் சொல்கிறேன். என் மனைவி வருகிறாள்.

நான் மாவிரன் ரேவீ ஆனது எப்படி?

நாடக அரங்கேற்றத்திற்கு அடுத்தபடியாக என் அடிவயிற்றைக் கலக்குவது நாய்களைச் சந்திக்கும் நேருக்கு நேர் நிகழ்ச்சிகள். அப்போது காறித் துப்பும் அளவுக்குக் கோழையாகி விடுவேன். பயந்து ஓடினால் துரத்தி வந்து, ஆடு சதையை வைத்ததை எடுத்துச் செல்வது போலக் குதறி எடுத்துப் போகும். அப்படியே ஓடாமல் நின்றாலோ ஆற அமரக் கடித்து எடுத்து ரசீது தந்துவிட்டுப் போகும். ஓடவும் முடியாமல் நிற்கவும் முடியாமல் ஒலிம்பிக் வாக்கிங் ரேஸ் செய்ய வேண்டி வரும். இப்படி பைரவர்களுக்குப் பயப்படும் நான், கடந்த ஒரு மாத காலமாக எங்கள் காலனி தெரு நாய்களுக்கு 'மாவீரனாக'த் தெரிகிறேன்.

எனது நாய் பயத்தைவிட ஜாஸ்தியாக எங்கள் காலனியில் நாய்கள் உண்டு. சென்ற மாதம் ஒருநாள் மைதா மாவு வாங்கி வர மளிகைக் கடைக்குச் சென்றேன். திரும்பி வரும்போது, 'நான் பயந்தவன்' என்று நெற்றியில் எழுதிக் கொண்டிருக்கும் என்னை ஒரு நாய் ஓரங்கட்டி ராகிங் செய்ய ஆரம்பித்தது.

முதலில், ''பேமானி... சோமாரி... கசுமாலம்...'' என்று எனக்குப் புரியாத நாய் பாஷையில் என்னை நோக்கி வாலைத் துளிக்கூட ஆட்டாமல் விரோத பாவத்தோடு நெருங்கியது. வேகமாக ரிவர்ஸில் போன நான் கால் தடுக்கிக் கீழே விழுந்து மைதா மாவுப் பொட்டலம் சிதறியது. நான் என் காலை நாஷ்டாவுக்காக (கால

நாஷ்டா இதுதானோ?) நெருங்கும் சமயத்தில்... என் மனத்தில், 'ஆடு சதையா? அவமானமா?' என்ற போராட்டம் எழுந்தது. நாயோடு 'ஒண்டிக்கு ஒண்டி' நிற்கா விட்டாலும், தைரியமாக எழுந்தாவது நிற்போமே என்று சுதாரித்து எழுந்த என்னைப் பார்த்த அந்த நாய் சற்று நின்றது. அதன் முகத்தில் பயம் அப்பட்டமாக தெரிந்தது. குரைக்க வந்த அது வாய் குழறி தடுமாறி, 'மியாவ்.....' என்று மிரண்டது. அலெக்சாண்டரைக் கண்ட எதிரி நாட்டு மன்னன் போல் பின் வாங்கியது. பிறகுதான் சற்றும் எதிர்பார்க்காத ஒரு செய்கை புரிந்தது. நாலு கால் பிராணியான அது இரண்டு கால்களில் நின்று மற்ற இரண்டு கால்களால் சர்க்கஸ் நாய் போல் சல்யூட் அடித்தது. எனக்குப் புரியவில்லை. அதற்குள் அது வாலை 'டிஸ் கோ' வேகத்தில் ஆட்டிவிட்டு விசுவாசமாக ஓடியது.

வீடு திரும்பும்போது, பல நாய்கள் தெருவின் இரண்டு புறமும், 'திறந்த காரில் செல்லும் எலிஸபெத் ராணிக்கு மரியாதை தெரிவிப்பது போல் எனக்காக நின்று கொண்டு விடாமல் வால்களை ஆட்டின. நாய் மட்டுமல்ல ஆடு, மாடு போன்ற இதர கால்நடைகளும் எனக்காக மரியாதையாக விலகி வழிவிட்டன. எதற்காக என்னைக் கண்டு இவ்வளவு பயம்? வீட்டில் நுழைந்த என்னைப் பார்த்த குழந்தைகள் பயத்தில் வீரிட்டு அழுதன.

பயப்படும் அளவுக்கு அப்படி என்ன என் முகத்தில் வீரம்? ஓடிப் போய்க் கண்ணாடியைப் பார்த்தேன். நானே பயப்படும் அளவுக்கு முகத்தில் மைதா மாவு. மைதா மாவினால் 'மாவு வீரனாக' காட்சியளித்த நான் அந்த 'மாவீரன்' பட்டத்தை முகம் கழுவிப் பறக்க விட்டேன்.

என்னைத் தடுத்தாட் கொண்ட ரவி

நாம் எழுதுவது துணுக்குத் தோரணமாக இருந்தாலும் சரி இல்லை. 'புலம் பல் பந்தலாக' இருந்தாலும் தேவை எழுதும் மொழியின் மீது நமக்குள்ள ஆதிக்கம். தமிழை எனக்கு கைகுலுக்கி அறிமுகப்படுத்தி அதன்மீது ஆதிக்கத்தையும் ஏற்படுத்தித் தந்து, ஆட்கொண்டவன் என் ரகசிய தோழன் ரவி. என் வரையில் எழுத்தறிவித்தவன். கம்பராமாயணம் முதல் காளமேகம் வரை கபாலி கோயில் வாயிலார் நாயனார் சன்னிதியில் எனக்கு வாசித்துக் காட்டுவான். வெண்பா, விருத்தம், அடி, சீர், தளை, எதுகை, மோனை, சந்தம் என்று தமிழைப் படம் வரைந்து பாகங்களைக் குறித்துக் காட்டுவான்.

தமிழை வைத்து ஆரம்பித்த ரவியின் பாதிப்பு தொடர்ந்து திசைமாறி தெய்வீகத்திற்கு திரும்பி விட்டது. சிந்தனைக் கோட்டம் என்ற கூட்டுப் பிரார்த்தனை அமைப்பில் ரவி என்னை ஆயுள் உறுப்பினராக சேர்த்து விட்டான். ஒவ்வொரு சனிக்கிழமைதோறும் மாலையில் ''ஓம் சக்தி ஓம் சக்தி ஓம்'' பாடலில் ஆரம்பித்து அல்லா ஏசு வரை ஒரு தெய்வம் விடாமல் உரக்க ''காதலாகி கசிந்து'' பாடி உருகுவோம். ரவியால் ராமலிங்க சுவாமிகள், ரமண மகரிஷி, ராமகிருஷ்ண பரமஹம்ஸர் போன்ற மகான்களுக்கு ரசிகர் மன்றம் வைக்கும் அளவுக்கு ஆன்மிக நாட்டம் எனக்கு அபரிமிதமானது. 'குண்டலினி' சக்தி பற்றியும் அதை மூலாதாரம், சகஸ்ரஹாரம் வழியாக புருவ மத்திக்கு கொண்டு வரும் ராஜயோகத்தை ஒரு செல்லரித்த புத்தகத்திலிருந்து படித்துக் காட்டி பிரும்மோபதேசம் செய்வித்தான். விளைவு தினமும் ராமகிருஷ்ண மடத்தில் குண்டலினியை எழுப்ப பத்மாஸசனமிட்டு நானும் ரவியும் கண்களை மூடிக்கொண்டு அழிச்சாட்டியாகக் காத்திருப்போம்.

என் முகத்தில் தேஜஸ் வந்திருப்பதாக ரவி சொல்வான். தலை பின்னாடி ஒளிவட்டம் தெரிகிறதா? என்று தினமும்

கண்ணாடியில் பார்ப்பேன். இதற்கெல்லாம் உச்சகட்டமாக ஒருநாள் ரவி திருவண்ணாமலை ரமணாஸ்ரமத்திற்கு இருவரும் எழுதி வைத்துவிட்டு ஓடிவிடுவதே உத்தமம் என்று உபதேசித்தான். அன்று கல்லூரி அறிவிப்பு பலகையில் அனைத்து கல்லூரி நாடகப் போட்டிக்கான செய்தி வந்தது. ரமணாஸ்ரமம் போவதை ஒருநாள் ஒத்திபோட்டோம். மறுநாள் நான் எழுதிவந்த நாடகம் ரவிக்கு மிகவும் பிடித்ததால் திருவண்ணாமலை செல்வதை நாடக போட்டி நாள் வரை மேலும் தள்ளிப் போட்டோம். அனைத்துக் கல்லூரி போட்டியில் எனக்குச் சிறந்த நாடகாசிரியர் பரிசும், சிறந்த நடிகர் பரிசம் கிடைத்தது. தொடர்ந்து கல்லூரி முடிந்த கையோடு மேடை நாடகங்கள் எழுதினேன். ரமண மகரிஷியை நினைப்பதில் உண்டாகும் ஆன்மீக திருப்தி ரசிகர்களை சிரிக்க வைப்பதில் ஆத்ம திருப்தியாக ஆனது. இன்று எனக்கு சோறு போடும் எழுத்தை அன்று கல்லூரியில் தடுத்தாட் கொண்டு தாயிலும் சாலப் பரிந்தூட்டியவன் ரவி.

நாங்கள் மேடையேற்றிய நாடகங்கள் எல்லாமே நூறு நாட்கள் தாண்டிய நாடகங்கள் என்றாலும், 99வது நாடக நிகழ்ச்சிக்குத் தனிச் சிறப்பு உண்டு. 99வது நாடகம் நடை பெறும் இடம் காட்டாங் குளத்தூர் சிவானந்த ஆசிரமத்தில்தான்.

ஒரு கை தட்டல், ஒரு சிரிப்பொலி இருக்காது. காரணம் குழந்தைகள். இருந்தாலும், அன்றுதான் நாடகத்தை முழுமையாகப் போட்ட மனநிறைவு எங்களுக்கு ஏற்படும்.

தினமும் நாடகம் முடிந்து கேலியும் கூத்துமாக வீடு திரும்பும் நாங்கள், அன்று மட்டும் கண்ணீர் மல்க நெகிழ்து வீடு திரும்புவோம். என்ன காரணம்?

குழந்தைகள் செய்யும் காரியம்தான்.

அது -

நாடகம் முடிந்தவுடன், எங்கள் குழுவின் நலனுக்காக, அந்த பிஞ்சுகள் சேர்ந்து உரத்த குரலில் விஷ்ணு சகஸ்ரநாமம் சொல்வார்கள்.

மனம் கனக்காமல் இருக்குமா?

கூட்டுக் குடும்பம்

இந்த இருபதாம் நூற்றாண்டில், மியூசியத்தில் வைக்கப்பட வேண்டிய அளவுக்கு அபூர்வமான எங்கள் குடும்பம், மூன்று தலைமுறைகள் மகிழ்ச்சியாக முண்டியடித்து வாழும் கூட்டுக் குடும்பம்.

தாத்தா, பாட்டி, பெரியப்பா, பெரியம்மா, அப்பா, அம்மா, பெரியப்பா பசங்க, எங்கப்பா பசங்க என்று சத்துணவாச் சேர்ந்து வாழும் இந்த கலந்த சோற்றின் 'கும்பலே கொண்டாட்டம்' சந்தோஷம், சொல்லித் தெரிவதில்லை. அனுபவித்தால் தான் கூட்டுக் குடும்பத்தின் அனுபூதி விளங்கும்.

நான், என் தம்பி, எனது பெரியப்பா பையன் மூவரும், ஈன்ற பொழுதில் இப்படி இருக்கும். என எதிர்பார்க்காத ஒரு நாசக்கார சிசுக்கள் பட்டாளம். இப்போது நாலாவது தலைமுறையாக, ஏற்கனவே பெரியதான எங்கள் மந்திரிகள் காபினெட்டில் சேர்ந்துள்ள புதிய மந்திரிகள், சட்டென்று நுழையும் சில 'ஸோலோ' சிடுமூஞ்சிக்காரர்கள், காட்டுக் கத்தலாக வெளிப்படும் எங்கள் கூட்டுக் குடும்பத்தின் 'கோரஸைக்' கேட்டு, ''இது ஒரு சுங்குவார் சத்திரம்.'' என முகம் சுளிக்கலாம்.

அன்றாட பிரச்சினைகளை அஸால்ட்டாகச் சமாளிக்க ஒன்று சேர்ந்து கோரஸாக குரல் கொடுப்பதுதான். எங்கள் குடும்ப 'ஐலேசா' தேசியகீதம் என்பது

தனிக்குடித்தனம் செய்யும் அவர்களுக்குத் தெரிய வாய்ப்பில்லை.

'ஜில்லா' கும்பகோணம் என்று ஆண்கள் அல்டிக் கொண்டாலும், 'கல்லா' விஷயத்தில் எங்கள் குடும்பம் மதுரை. பாட்டி, பெரியம்மா அம்மா, மாட்டுப்பெண்கள் என எப்போதும் பெண்கள் ஆட்சிதான் சுயேச்சையாக அமலுக்கு வரும் 'கிராப் செய்து கொள்வதில் ஆரம்பித்து காலேஜ் படிப்பு வரை' எனக்கு பாட்டிதான் முடிவு செய்வாள். ''கொடுக்கற காசுக்கு... நல்லா ஷார்ட்டா வெட்டுப்பா...'' என்ற பாட்டியின் கட்டளைக்கு பணிந்து கிராப்பை 'சம்மரில்' ஆரம்பித்து இலையுதிர் காலமாக முடிப்பார்.

பாட்டியை எதிர்க்க ஆள் சேர்க்க திரும்பினால், பக்கத்துப் பக்கத்து நாற்காலிகளில் அவளது (பாட்டி...) அன்புக்கு கொத்தடிமைகளான எனது அப்பாவும், பெரியப்பாவும் தங்களது தலையில் சோப் தடவி ஷேவே செய்ய அனுமதியளித்துக் கொண்டிருப்பார்கள்.

பண்டிகை தினத்தில் எங்களுக்கு, சினிமாக் கனவுக் காட்சியில் ஒரே கலர் உடையில் ஓடும் துணை நடிகர்களுக்கு வாங்குவது போல, பாட்டி தனக்குப் பிடித்த அழுக்குத் தெரியாத பழுப்பு நிறத்தில் பேனர் சைசுக்குத் துணி வாங்கி எங்களைப் பிரித்துக் கொள்ளச் சொல்வாள். அவளது ஆஸ்தான டெய்லரான பாபாராவை அழைத்து வந்து, எங்களை வராந்தாவில் வரிசையாகப் படுக்க வைத்து, எங்களைச் சுற்றி விபத்து போல சாக் பீஸால் மார்க் செய்து எங்கள் அளவை எடுத்துக் கொள்ளச் செய்வாள். காட்சிக்குக் கஞ்சத்தனமாக தோன்றினாலும், அவள் சேமித்ததை நாங்கள் இன்னுறவரை சம்பாதிக்கவில்லை. அந்தப் ‘பாட்டி சொல்லைத் தட்டாத’ நாங்கள், அவள் புகட்டிய பாரபட்சமில்லாத பழக்க வழக்கங்களினால், என்றும் ‘சயாமி ட்வின்ஸ்’கள் போல சேர்ந்தே வாழ்கிறோம்.

எனது பெரிய சென்டிமெண்ட் எனது பெரியம்மா. சிறுவயதில் நான் ‘பம்பரம்’ விளையாடச் சென்றால் கூட இவள் பாதத்தைத் தொட்டு விட்டுக் குங்குமம் வாங்கிச் செல்வேன். அது மறந்த அன்றைக்கு என் பம்பரம் ‘பத்தாங்கத்து பாறாங்கல்லில்’ மாட்டிக் கொண்டு பிசுநாறியாகிவிடும். அந்தத் தொட்டில் பழக்கம், ஆபீஸ் நாடகம் சினிமா என இன்றும் தொடர்கிறது. இந்தக் கூட்டுக் குடும்ப ஆகாய விமானத்தை இன்று ஓட்டிச் செல்லும் ‘ரைட் பிரதர்ஸ்’ எனது அப்பாவும் பெரியப்பாவும் எனது அப்பாவுக்கு மூன்று குழந்தைகள் (நான், தங்கை லீலா, தம்பி பாலாஜி) பிறந்த பிறகுதான் என் பெரியப்பாவுக்கு முதல் பையன் பாஸ்கர் பிறந்தான் (தொடர்ந்து கனகா, வசந்தி இரண்டு பெண்கள்) அதனால் என்னை எடுத்து வளர்த்தது என் பெரியம்மா-பெரியப்பா, என் பெரியம்மா குழந்தைகளைச் சீராட்டி தாலாட்டியது என் அம்மா. நாங்கள்

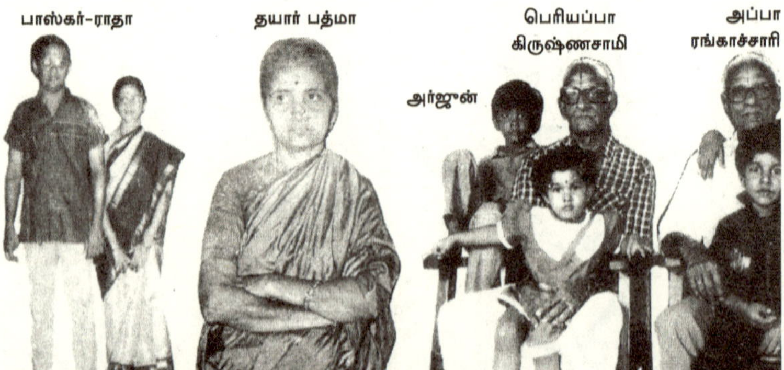

இணைந்து இருக்க இயற்கையே இவ்வாறு உதவியிருக்கிறது.

எனது நாடகங்களை எனது பெரியப்பா மகள் வசந்திதான் காப்பி எடுப்பாள். நாடக பூஜையன்று நண்பர்கள் உதைப்பார்களே என்று பயந்து, நான் பாதி மட்டுமே எழுதிய நாடகத்தின் மீதிக் காட்சிகளைத் தன் கற்பனைக்கு ஏற்றாறு 'கப்ஸா'விட்டு எழுதி ஒரு மாதிரி ஒப்பேற்றி விடுவாள் வசந்தி. தற்காலிகமாகச் சேர்க்கப்பட்ட வசந்தியின் கைவண்ணத்தில் ஓரிரு காட்சிகளை, ஆபத்திற்குப் பாதகமில்லை என அப்படியே நான் எடுத்தாட்கொண்டதும் உண்டு. இஸ்திரி போட்டு வரும் பேண்ட், ஷர்ட், வேட்டி, ஜிப்பாக்கள் சுடச்சுட டி.வி. யின் மீது வைக்கப்படும். யார் முதலில் வெளியில் போகிறார்களோ, அவர்கள் கையில் பட்டதை எடுத்து (அது யாருடையதாக இருந்தாலும் சரி...) அணிந்து கொண்டு போய் விடுவார்கள். இந்த எங்கள் உடன்பாட்டினால், என் பெரியப்பா 'டிப்டாப்பாக' திருப்பாவை விளக்க உரைக்கும், நான் வேட்டி, ஜிப்பாவில் கர்னாடகமாக என் நாடகத்திற்கும் செல்ல வேண்டியிருக்கும். சில சமயம் உச்சகட்டத்தில் போட்டுக் கொள்ள ஷர்ட் இல்லாததால் என் அப்பா ஆபீஸு லீவு போட்டதும் உண்டு.

கையில் கிடைத்த உடையை அணிந்து செல்வதுபோல, காலில் கிடைத்த செருப்பையும் போட்டுச் செல்வோம். இந்தச் செருப்பு இவர் காலுக்குத்தான் பொருந்தும் என்ற அல்பமான இலக்கணங்களை மீறிய புதுக் கவிதைகள் நாங்கள். அவரவர் அவசரத்திற்கேற்ப செருப்பு மாட்டிச் செல்லும் சில சமயங்களில், க்ளைமாக்ஸாக கடைசியில் புறப்படும் எனக்கு ஒரு பத்தாம் நம்பர் பெரியப்பா செருப்பும், ஏழாம் நம்பர் தம்பி 'ஹைஹீல்ஸ்' செருப்பும்தான் கிடைக்கும். சைஸ் மாறினாலும் சமாளித்து போட்டுக் கொள்ளலாம் என்றால், எழவு இரண்டும் வலது கால்

செருப்புகளாக இருக்கும். இரவு ஒரு மணி வரை வம்பளக்கும் எங்கள் வீட்டிற்கு திருட வந்த திருடன் கூடத் திருந்தி எங்கள் வம்பில் 'தேமே'யனென்று பங்கேற்று தன் கருத்துக்களை கூறிச் செல்ல வேண்டி வரும்.

சாத்துக்குடி இருக்க வேண்டிய குளிர்சாதனப் பெட்டியில் என் பிள்ளையின் டென்னிஸ் பால் இருக்கும். ஒரு வருடம் கழித்து உலர்ந்து எலுமிச்சையாய் சூம்பிவிட்ட அந்த சாத்துக் குடியை ஒருநாள் காத்ரேஜ் அலமாரி திறக்கும் போது கிடைக்கும். மாட்டுப் பெண்கள் பாடுதான் மகா திண்டாட்டம். அதிகாலையில் ஆரம்பித்து அர்த்த சாமம் வரை காப்பி, டிபன், சாப்பாடு என்று எங்கள் வீட்டு சமையல் அறை இருபத்துநாலு மணிநேர சிற்றுண்டி சாலையாக இருக்கும். விடுமுறை நாட்களில், தங்கைகள் மாப்பிள்ளைகள் அவர்கள் தம் குழந்தைகள் என்று இந்த கூட்டுக் குடும்பம் அவியல், பொரியல் குடும்பமாகி, வாசலில் 'நோவேக்கன்ஸி' போர்டு போடும் அளவுக்கு வீடு பிதுங்கி வழியும்.

எந்த ஒரு மனிதனின் வெற்றிக்கும் பின்னணியாக அவன் மனைவி இருப்பாள் என்பது ஆங்கில பழமொழி. எனது வெற்றிக்கு பின்னணியாக இருப்பது எனது கலகலப்பான கூட்டுக் குடும்பம்.

எங்கள் நாடகங்களை வீடியோ எடுத்துக் கொடுப்பவர் ஏ.வி. பாஸ்கர், 'மாது மிரண்டால்' நாடகத்தை வீடியோ எடுத்துத் தரச் சொன்னேன். நாடகம் நடக்கும் போதே வீடியோ படம் எடுத்தார். மறுநாள் வீட்டில் போட்டுப் பார்த்தபோது

அதிர்ச்சி!

வசனங்களே காதில் விழவில்லை! டி.வி.யில் 'ஒளியும் ஒலியும்' போது ஒலி கட் ஆனது போல!

அவரிடம் விசாரித்தேன். ஆசாமி மிகச் சாதாரணமாக, "என்னை வீடியோதானே எடுக்கச் சொன்னீங்க? ஆடியோ சொல்லலியே!" என்று சமயோசிதமாக ஜோக் அடித்துவிட்டு மீண்டும் ஒருமுறை சரியாக எடுத்துத் தந்தார்.

கிரேஸி குடும்பம்

ஒரு நாள் மாலை நாடகம் முடிந்து இரவு லேட்டாகத் திரும்பியதால் கோபம் அடைந்த என் மனைவி “உங்களுக்கு ராணி சீதை ஹால்தான் வீடு... டிராமாதன் பொண்டாட்டி... க்ரேஸி க்ரியேஷன்ஸ்தான் மக்கள்.'' என்று கூறி, நான் அன்றாடம் அதிக நேரம் செலவழிக்கும் ‘கிரேஸி’ குடும்பத்தை நினைவூட்டி, குமுதம் அட்டையில் வரும் வாய்ப்பை அவளையறியாமல் கேனத்தனமாக நழுவ விட்டாள்.

சுமார் ஒரு மாமாங்கமாக எந்த நேரமும் எனக்காக, என்னோடு அட்டை போல் ஒட்டிக் கொண்டு... எனது குறைகளையெல்லாம் உறிஞ்சி, நிறைகளை மட்டுமே வெளிப்படுத்தும் அட்டை நண்பர்கள், பற்றிய அட்டவணை.

கிரேஸி மோகன் காந்தன் சீனுவாசன்

கிருஷ்ணன் மாது பாலாஜி சீனு மோகன்

சுப்பு கோபி சத்யமூர்த்தி

ஏ.ஆர்.எஸ்
சுந்தர்ராஜன்
வெங்கட்
அப்பா ரமேஷ்
நளினி
சுமங்கலி
பத்ரி
கிச்சா
சுந்தர்
கே.கே.ரவி
ராமனாதன்
வைத்தி
வாசு ரமேஷ்
பாலு
எதிராஜ்
ஹரிகிருஷ்ணன்
மனோகர்
சீனு
ராம்தாஸ்
டைரக்டர் பாபி

1. கிரேஸி மோகன் : என்னைப் பற்றி 'காந்தன்', எழுதிய 'கிரேஸி படுத்தும் பாடு'. (19ம் பக்கம்.)

2. காந்தன் : பக்கம் பக்கமாக நாடகம் எழுதுவதோடு என் பணி முடிகிறது. நான் எழுதிய குப்பையில் ஒரு மாணிக்கத்தைக் கஷ்டப்பபட்டுக் கண்டுபிடித்து சீன் செட்டிங்க்ஸ், மியூஸிக், ஸ்டேஜ்கிராப்ட் போன்ற என் நாடகத்திற்கு துளிகூட தேவையில்லாத நகாசு வேலைகளை சேர்த்து அரங்கேற்ற வேளையில், ''அடடே.... பிரமாதமாக இருக்கிறதே யார் எழுதியது?'' என்று நானே மூக்கில் விரல் வைக்கும் அளவுக்கு கிரேஸி குழுவினரை தேற வைப்பது இவன் தலையெழுத்து. இவன் டி.ஐ. நிறுவனத்தில் சார்ட்டட் அக்கவுண்டெண்ட்டாக பணிபுரிகிறான்.

3. ஸ்ரீனிவாஸன் (வாசு) : எங்கள் குழு செகரட்டரி, வாசு அலையஸ் ஸ்ரீனிவாசன். நாடக ''டேட்ஸ்,'' வாங்குவது சபா காரியதரிசிகளிடம் சுமுகமாக பழகுவது, வெளியூர் செல்லும் சமயங்களில் எங்களுக்கு தேவையான வசதிகளை செய்து தருவது இவன் உபயம். ஒரு பெரிய கோரமான ஒண்டிக்கு ஒண்டி சண்டையில் ஆரம்பித்த முதல் சந்திப்பிற்கு பிறகு நாங்கள் இருவரும் பரம சினேகிதர்களாக மாறினோம். சண்டை நடந்தபோது எங்கள் இருவரின் வயது ஐந்து.

4. கிருஷ்ணன் : என்னோடு பொறிஇயல் கல்லூரியில் படித்தவன். கல்லூரியில் நான் போட்ட முதல் கன்னி முயற்சியில் நடித்தவன். எனது குழுவில் என் வசனத்தை உச்சரித்த முதல் நடிகன். டைரக்டர் பாலசந்தரின் மோதிரக் கையால் பலமுறை குட்டப்பட்டு இன்று சினிமாவில் பிஸியாகிக் கொண்டிருக்கும் பாக்யசாலி. ''டாபி ரோஸ்,'' கம்பெனியில் புரொடக்ஷன் மானேஜராக இருக்கிறான்.

5. 'மாது' பாலாஜி : என் தம்பி. கூடப் பிறந்த ஒரே தோஷத்திற்காக கதாநாயகி அந்தஸ்து பெற்றவன். ஆரம்ப நாட்களில் என் எழுத்துக்கு ஈடு கொடுத்து நடிக்க ஆரம்பித்தான். இவனது வளர்ச்சியால் இப்போது இவன் நடிப்பிற்கு ஈடு கொடுத்து எழுத வேண்டிய நிர்ப்பந்தத்திற்கு ஆளாகியிருக்கிறேன். நான் இரவு-பகல் கண் விழித்து இறக்கை கட்டிக் கொண்டு பறந்து பறந்து எழுத... இவன் அஸால்ட்டாக ரசிகர்களை மும்முறை வலம் வந்து புகழ் மாங்கனி தட்டிச் செல்லும் தம்பி.

6. 'சீனு' மோகன் : நான் உருவாக்கிய மாது-சீனு. லாரல்ஹார்டியில் இவன்தான் ''ஹார்டி.'' நடிப்பிலும் சரி தடிப்பிலும் சரி.

நாடகம் தோல்வியடைந்து மொட்டையானவர்கள் உண்டு. இவன் மொட்டையானதால் என் 'மாது ஜாக்கிரதை,' நாடகம் மகத்தான வெற்றி பெற்றது. நாடகம் முழுக்க மொட்டையோடு

வரவேண்டிய நிர்ப்பந்தம். இவனது தியாகங்களுக்கு முடிவே இல்லை... சாரி முடிவே இல்லை.

7. சுப்பு : ஒரே நாடகத்தில் ஐந்தாறு 'ரோல்கள்,' செய்ய வல்ல அஷ்டாவதானி. இவன் தொழிலில் ஒரு வெற்றிகரமான வக்கீல்.

8. கோபி : என் குழுவில் உள்ள அனைவரும் நான் எழுதுவதை மட்டுமே சொல்லக் கூடிய கிளிப்பிள்ளைகள் என்றால். இவனுக்கு நடைமுறைப் பேச்சிலேயே நகைச்சுவை வரும். எங்களைப் பொறுத்தவரை கலகலப்பான கோபி வராத வெளியூர், கோயில் இல்லாத ஊர்.

9. சத்யமூர்த்தி : அனுபவசாலியான இப்பெரியவர் என் குழுவின் வளர்ச்சியில் அதிக அக்கறை காட்டுபவர். அடிக்கடி என்னிடம், ''வெளியூர் நாடகங்களுக்கு பஸ்ஸிலும், ரயிலிலும் செல்லும் நாம்... என்றாவது ஒரு நாள் 'ப்ளேனில்' சென்று இறங்க வேண்டும்'' என்று பெருமையாகக் கூறி என் பொருட்டு இன்பக்கனா காணுவார். இவரைத் தவிர, என் குழுவில் உள்ள அனைவரும் நாடகம் அல்லாத வேறு சந்தர்ப்பங்களில். 'ப்ளேனில்' பயணம் செய்தவர்கள். இவர் 'கம்பர்' ரோல் செய்யும் 'கிரேஸி கிஷ்கிந்தா' நாடகம் பங்களூரில் போட்ட அன்று, நாடகம் துவங்க சில மணி நேரங்கள் முன்பு இவர் தந்தை இறந்த துயரச் செய்தி வந்தது. இவரை 'ப்ளேனில்' ஏற்றி மெட்ராஸ் அனுப்ப முடிவு செய்து ஏர் டிக்கட்டை இவரிடம் கொடுத்த போது, ''எதுக்குடா... காசை வேஸ்ட் பண்ணறீங்க? பேசாம டிராமால நடிச்சுட்டு ராத்திரி மெயில் புடிச்சு போயிருப்பேனே.'' என்று கண்ணீர் மல்கக் கூறினார். தந்தை இறந்த சமயத்திலும் ட்ரூப்பின்மீது இவர் காட்டிய அக்கறை எங்களை நெகிழ வைத்தது. நாங்கள் கட்டாயப்படுத்தி இவரை 'பளேனில்' ஏற்றி சென்னைக்கு அனுப்பினோம்.

10. ஏ. ஆர். எஸ். : என் தம்பியோடு வங்கியில் பணிபுரிபவன். கண் இமைக்கும் நேரத்தில் எங்கள் காட்சிகள் மாறுகிறது என்றால் அதற்கு காரணமான மந்திரவாதி இவன் மேஜை, நாற்காலியில்

எங்கள் குழுவின் முதலாம் மைதிலி பட்டதாரி. நாடக மேடையில் எங்களைப் பொறுத்தவரை இவர் ஒரு நகைச்சுவை மனோரமா. டைரக்டர் பாசிலின் கதை வசன கர்த்தா கோகுல கிருஷ்ணனின் மனைவி யான பிறகு நடிப்பதை விட்டுவிட்டார். ஆறு வருடங்களாக எங்கள் குழுவிற்குப் பலமாக இருந்த கவிதாவின் இழப்பை இன்றுவரை எங்களால் ஈடு செய்ய இயலவில்லை.

ஆரம்பித்து பேனா, டம்பளர் போன்ற நாடகங்களுக்கு தேவையான 'ப்ராப்பர்டீஸை' குறித்த இடத்தில் கும்மிருட்டில் வைத்து விட்டுப் போவான். சுருங்கச் சொன்னால் ஆர்.எஸ்.மனோகர் குழுவில் இருந்திருக்க வேண்டியவன்.

11. சுந்தர்ராஜன்: இவன் 'ஏ.ஆர்.எஸ்.' சுக்கு மேடை நிர்வாகத்தில் உதவி ப்ளஸ் உபத்திரவம் மேடையின் ஒரு சைடுலிருந்து ஏ.ஆர். எஸ். கண்ணிமைக்கும் நேரத்தில் வைத்துவிட்டு போகும் காட்சிக்குத் தேவையான நாற்காலியை, கை கொடுக்கும் நேரத்தில் எதிர் சைடுலிருந்து கர்மசிரத்தையாக ஓடிவந்து எடுத்து, அதற்கு பதிலாக அடுத்த காட்சியில் வைக்க வேண்டிய 'கர்ச்சீபை' அபத்தமாக வைத்துவிட்டுப் போவான். இதனால் இருட்டில் உத்தேசமாக இல்லாத நாற்காலிக்கு அலையும் நடிகர் முடிவில் மனதை தேற்றிக் கொண்டு கர்சீப்பில் அமர்ந்து அடுத்த காட்சிக்கான டயலாக்கை ஆரம்பிப்பார் இடிபோல எனக்கு துன்பம் வந்த ஓரிரு சமயங்களில் அதை வெகு இயல்பாக ஆக்கி எனக்கு புத்துணர்ச்சி அளித்த பூஸ்ட்டர் இவன்.

12. வெங்கட் : 'பிறந்து வளர்ந்தானா? இல்லை வளர்ந்தே பிறந்தானா?' என்று வியக்கும் அளவுக்கு எங்கள் குழுவிலேயே உயரமானவன். குழு ஆரம்பித்து ஐந்தாறு வருடங்கள் இவன் அம்பத்தூருக்கு அடுத்த ஏதோ ஒரு அறுபத்தூரில் குயிருந்தான். அதனால் பாவம் டெய்லி டிராமாவுக்கு வந்து போவதே வெளியூர் பயணத்திற்கு சமமாக இருக்கும். இவன் என் பொருட்டு பட்ட கஷ்டத்தை தேசத்திற்காக பட்டிருந்தால், பென்ஷனோடு தியாகி பட்டமாவது கிடைத்திருக்கும். டிராமாவுக்கா, தற்போது ஜாகையை சென்னைக்கு மாற்றியிருக்கிறான். பல சினிமாக்களில் நடிக்கிறான்.

13. 'அப்பா' ரமேஷ்: அற்புதமான நடிகன். அப்பா ரோல் தரப்பட்ட ஐந்தாறு மாதங்களில் சுமாராக இருந்த அவன் ரோலுக்கு பொருத்தமாக கிழடு தட்ட ஆரம்பித்தான். எனது எல்லா நாடகங்களிலும் ரமேஷ்தான் மாதுவின் அப்பா. எங்கள் குழுவில் உள்ள அனைவரும் (என்னையும் சேர்த்து) ஏதாவது ஒரு காரணத்திற்காக நாடகத்தை 'கட்' அடித்தவருக்கு 'சப்ஸ்டிட்யூட்' போட வேண்டியிருக்கும். இதுவரை நாங்கள் போட்ட 1500க்கும் மேற்பட்ட நாடகங்களில் ரமேஷ் எந்தக் கஷ்டம் வந்தபோதும் தவறாமல் நடிக்க வந்திருக்கிறான். நான் அறிந்த மட்டில் நாடக உலகில் இது ஒரு 'கின்னஸ்' ரிக்கார்ட்.

14. நளினி, 15. சுமங்கலி : இவர்களை பிரிக்க விரும்பாமல் சேர்த்தே எழுதி விடுகிறேன். மாது-சீனு போல எனது எல்லா நாடகங்களிலும் இவர்கள் இருவரும் முறையே மைதிலி-ஜானகி. சமூக நாடகங்களில் ஓரளவு கதை சொல்ல குறைந்த பட்சம்

இரண்டு நடிகைகள் போதும். வாங்கும் தொகையை வைத்துப் பார்த்தால் அதிகபட்சம் இரண்டு நடிகைகளுக்கு மேல் போட முடியாது. ராமாயண ஜானகியின் மறுபெயரான மைதிலியை எனது இரண்டாவது கதாநாயகிக்கு கொடுத்தேன். எனது நாடகங்களில் மைதிலியாக வருபவள் நளினி. ஜானகியாக சுமங்கலி. இருவரும் எங்களுக்கு கிடைத்த சிக்கலில்லாத சகோதரிகள்.

16. பத்ரி : இவன் என் நாடகங்களில் செய்யாத ரோலே கிடையாது. 'சப்ஸ்ட்டிடுயூட்' என்ற வார்த்தைக்கு 'கிரேஸி' அகராதியில் பத்ரி என்றுதான் இருக்கும். யார் வந்தாலும் வராவிட்டாலும் பத்ரி வந்துவிட்டால் போதும், நாடகம் போட்டுவிடலாம். அதிக விளம்பரம் விரும்பாத இவன் 'ஆதித்யா அட்வர்டைசிங்' என்ற விளம்பர கம்பெனியை நடத்திக் கொண்டிருக்கிறான்.

17. கிச்சா : எனது மனசாட்சியைவிட எனக்கு நெருக்கமானவன். என் வளர்ச்சியை ஒவ்வொரு கட்டத்திலும் என்கூடவே இருந்து ரசிக்கும் எனது வண்ண நிழல். இவனன்றி எனது ஓர் அணுவும் அசையாது எனது கதை, கட்டுரைகள் பலவற்றில் கிச்சாவின் பெயர் காணப்படும்.

18. சுந்தர் : எழுதுவதற்கு முன்பு எனது நாடகக் கதையின் போக்கை இவனோடு பேசிவிட்டு தான் எழுதுவேன். 'இதுதாண்டா நாடகம்' என்று ஊக்குவிக்கும் உற்ற நண்பன்.

19. கே.கே. ரவி : மாது-சீனு ஜோடியில் முதலாம் சீனு. அலுவலக பளுவால் இப்போது இவனால் அதிகமாக நடிக்க முடிவதில்லை. தற்போது சீனுவாக நடிக்கும் மோகன் வரமுடியாத வேளையில், ஆபத்துக்கு பாதகமில்லை என்று இவனை நடிக்க அழைப்போம்.

20. ராமனாதன், *21.* வைத்தி: எனது நாடக நலனுக்காகவே தனியாகப் பிரார்த்தனை கிளப் வைத்திருக்கும் சகோதர 'வெல்விஷர்ஸ்'. ஒவ்வொரு நாடகத்தின் அரங்கேற்றத்தன்றும் அதன் நூறாவது நாளன்றும் இவர்கள் வீட்டில் எங்கள் குழுவினருக்கு அன்னதானம் நடக்கும்.

மனைவி : (வீட்டுக்கு வந்த உறவு காரனைக் காட்டி)

இவன் முழுப் பெயர் வெங்க டேஷ். வெங்கின்னு கூப்பிடுவோம்.

ஆபீஸிலிருந்து வந்த கணவன் (எரிச்சலுடன்) : மகேஷ்னு பெயர் வெச்சிருந்தால் மங்கின்னு கூப்பிட லாம்.

ஜோசியர் சொன்னார் : ''ஜாதகப் பிரகாரம் உனக்கு இரண்டு பொண்டாட்டி.''
''இதைப் போய் ஜோசியரைக் கேட்பானேன். என்னையே கேட்டிருந்தால் சொல்லி யிருப்பேனே.''

22. வாசு ரமேஷ் : ஆரம்பத்தில் வசனம் மட்டுமே பேசத்தெரிந்த எங்களுக்கு மேடை நிர்வாகம் கற்றுத்தந்தவன். பம்பாய், டெல்லி வெளியூர் சென்றால் அந்த ஏழு நாட்களும் இவன் தூங்க மாட்டான். மோகனுக்காக உழைத்த மெழுகுவர்த்தி. எங்களுக்கு ஓரளவு ஒளி கிடைத்ததும் இந்த மெழுகுவர்த்தி உடல் ஊனமுற்ற குழந்தைகளுக்கு உழைக்கப் போய்விட்டது.

23. பாலு : எங்கள் குழுவின் சச்சின் தெண்டுல்கர். (வயதில் மட்டும்) எங்கள் குழுவில் உள்ள ஓரிரு யயாதிகள் மூப்பு காரணமாக (நான் ஒரு யயாதி) வசனம் பேசிவிட்டு கக்குவான் இருமல் கோரமாக இருமியதால், யாரையும் குழுவில் சேர்த்துக் கொள்ளக் கூடாது என்ற பாலிஸியை முதன்முறையாக மீறி சேர்த்துக் கொள்ளப்பட்டவன்.'' தற்போது 'புரொபேஷனில்' இருக்கிறான்.

24. எத்திராஜ் : குழு என்றால் மேக்கப்மேன் இருக்கவேண்டுமே என்ற சாஸ்திரத்திற்காக இருப்பவன். ஒரு தடவை இவனது புழுக்கை பென்சிலால் மீசை வரைந்து கொண்டேன். அந்த மீசையை நான் அழிக்கப்பட்டபாடு ஆறுமாசம் மீசை தாடி வைத்து அதை தானாக அழியும் வரை மறைத்தேன். நெற்றிக்கு நாமம் இட்டால், இவன் கை நடுக்கத்தில் சாய்வாக போய் சில சமயம் நாமம் விபூதியாக மாறிவிடும். இவன் கொண்டு வரும் பவுடரை நாம் போட்டுக் கொண்டால், துஷ்ட மிருகங்கள் கூட நம்மை அணுகாது. அப்படி ஒரு நெடி.

25. ஹரிகிருஷ்ணன் : குழுவின் காஸ்ட்யூமர். ஆரம்பத்தில் இவன்தான் துணிகளை தோய்த்து இஸ்திரி போட்டு எடுத்து வருவான். இவன் கொண்டு வரும் ஜிப்பாவை போட்டு ஐந்தாவது நிமிடம் நமைச்சல் ஏற்படும். 'ஜாலிம் லோஷன்' தடவும் அளவுக்கு நமைச்சல் அரிப்பில் முடியும். இப்போதெல்லாம் இவனுக்கு பயந்து அவரவர் காஸ்ட்யூம்களை அவரவரே கொண்டு வந்து விடுகிறார்கள்.

26. மனோகர் : எங்கள் செகரட்டரி வாசுவின் காரியதரிசி.

27. சீனு : சீன் செட்டிங்க்ஸ் லைட்ஸ் அண்ட் மைக் போட்டு பார்த்துக் கொள்வது இவன் வேலை. சமயத்தில் மியூஸிக் (டேப்

பில்) போட உதவுவான். சமீபகாலமாக நடிப்பில் வேறு ஆர்வம். இதனால் ஏதாவது ஒன்றை கோட்டைவிட்டு விடுவான். ஒரு நாடகத்தில் ஒரு காட்சியில் துப்பாக்கி வெடிக்கும் சப்தம் கேட்க வேண்டும். அன்று வேலை மிகுதியால் அந்தக் காட்சி தவிர மற்ற காட்சிகளிலெல்லாம் 'என்னமோ ராணுவ மரியாதை' செய்வது போல சரமாரியாக வெடித்து தள்ளினான்.

28. ராமதாஸ் : எங்கள் குழுவின் பிரசிடெண்ட். பிரசிடெண்டுக்கே உரிய லட்சணத்தோடு எங்களுக்கு தேவையான ஆலோசனைகளை அறிவுரைகளை நாங்கள் வற்புறுத்தி கெஞ்சி கூத்தாடி கேட்டால் மட்டுமே கூறுவான்.

29. பாபி : எங்கள் நாடக டைரக்டர். காத்தாடி ராமமூர்த்தியை எனக்கு அறிமுகம் செய்து வைத்து, அவருக்கு நாடகம் நான் எழுதும் வாய்ப்புகளை வாங்கி தந்தவர். ரிகர்ஸலின் போது டயலாக் டெலிவரி, வாய்ஸ் மாடுலேஷன், மூவ் மெண்ட்ஸ் போன்றவைகளை எங்களுக்கு சொல்லித் தரும் ஆசான்.

நகைச்சுவையும் வாழ்வும்

நகைச்சுவை என்பது ஒரு மனப்போக்கு நகைச்சுவை உணர்வு என்பது மனத்தின் ஒரு நிலை மட்டும் அல்ல வாழ்வைப் பற்றிய மனப் போக்கும் கூட. என்னைப் பொறுத்த வரையில், இந்த உலகில் மரணத்தைத் தவிரத் தீவிரமான துன்பம் வேறெதுவும் இல்லை. அதுகூட மனிதனைக் குறிப்பிட்ட கொஞ்ச காலத்துக்குத்தான் பாதிக்கிறது. மிகப் பெரிய ஆழமான துன்பங்களிலிருந்து கூட மனிதன் வேகமாக மீண்டு விடுகிறான். வாழ்க்கை அனுபவிக்கப் படுவதற்காகவே உள்ளது. எதற்காகச் சின்னச் சின்ன விஷயங்களை யெல்லாம் மனத்தில் போட்டு வைத்துக் கொண்டு மற்றவர்களையும் நம்மையும் துன்புறுத்திக்கொள்ள வேண்டும்? அந்த அளவுக்கு அதற்கெல்லாம் தகுதி இல்லை. நகைச்சுவை என்பதற்கு 'விடுபட்ட நிலை' (detachment) வேண்டும். உங்கள் சூழ்நிலையிலிருந்து உங்களை விடுவித்துக் கொள்ள நீங்கள் கற்றுக் கொள்ளவில்லை யானால், அதில் உள்ள நகைச்சுவையை உங்களால் உணர முடியாது. உண்மையில் நான்கூடச் சில குறிப்பிட்ட விஷயங்களில் உணர்ச்சி வசப்பட்டு விடுகிறேன். ஆனால் அதை மீண்டும் சிந்தித்து பார்க்கும் போது விருப்பு வெறுப்பின்றி அந்தச் சூழ்நிலையை ஆராயும்போது அதில் உள்ள நகைச்சுவையை என்னால் உணர முடிகிறது.''

தேவை, அண்ணாசாலையில் ஒரு 'ஏர்போர்ட்'

பரிசோதனைக் குழாய் பேபியின் (Test tube baby) விரல் சூப்பல்... ஒரு பட்டனை அமுக்கினால் உலகையே பஸ்மமாக்கும் மேல்நாட்டு அணுசக்தி சிவகாசிகள்...

கைக் கடிகாரத்தில் காலண்டரை வைத்ததோடல்லாமல் உங்கள் பிறந்த நாளை இசை அமைத்து வாழ்த்துடன் நினை வூட்டும் ஜப்பான் வாமனர்களின் எலெக்ட்ரானிக் தளங்கள்... எங்கோ நடக்கும் 'விம்பிள்டனை' திருவல்லிக்கேணி சிங்கராச்சாரி தெருவில் ஈஸிசேரில் அமர்ந்து முறுக்கு சாப்பிட்டுக் கொண்டே பார்க்கும் மமதையான முன்னேற்றம்...

இப்படி விஞ்ஞானம் நம்மோடு ரத்தத்தின் ரத்தமாக சர்வ சாதாரணமாக ஊறிவிட்ட இந்த நூற்றாண்டில் இன்னமும் நம்மை அண்ணாந்து பார்த்து வாயைப் பிளக்க வைக்கும் ஒரே விஷயம் ஆகாய விமானம்தான்...

வேடிக்கை பார்ப்பது வேறு; விமானத்தில் ஏறிப் பறப்பது என்பது வேறு! பண்டிகை நாட்களில், பரணிலுள்ள சாமான்களை எடுக்க ஏணியில் ஏறும்போதே பயத்தில் பித்த அமிலம் பரவலாக வாயில் சுரக்க ஆரம்பிக்கும் என் போன்றவர்களுக்குத்தான் தெரியும் பத்தாயிரம் அடி உயரத்தில் பறப்பதில் உள்ள பீதி. விமானம் என்ன, 'வெஸ்ப்பாவா' 'லாம்பரட்டாவா' பாதி வழியில் தகராறு செய்தால் நிறுத்தி Spark Plug-ஐச் சுத்தம் செய்து போடுவதற்கு? ஏதாவது நிகழ்ந்தால் எமலோகம்தான்!

மேலே, பறப்பவர்கள் மீது பாசக் கயிற்றை வீசுவதில் எமதர்மனுக்கு ஒரு லாபம் வேறு இருக்கிறது. அனாவசியமாக எருமையில் ஏறி நம்மை அழைத்துச் செல்ல பூலோகத்துக்கு ஒரு நடை வர வேண்டியதில்லை.

கிட்டத்தட்ட எமலோகத்திற்க அருகிலேயே பறப்பதால் இருந்த... ஸாரி.... பறந்த இடத்திலிருந்து நம்மை ஒரு பொடிநடை நடத்தியே அழைத்துச் சென்றுவிட முடியும்!

யானை அரை விலை என்றால் அங்குசம் முழு விலை என்பது போல, சென்னையிலிருந்து விமானத்தில் பங்களூர் செல்ல அரை மணி நேரம் ஆனால், மயிலாப்பூரிலிருந்து மீனம்பாக்கம் செல்ல ஒண்ணரை மணி நேரம் ஆகிறது!

பேசாமல் விமானநிலையத்தை எல்லோருக்கும் வசதியாக மவுண்ட் ரோடுக்கு மாற்றக்கூடாதா? டேக்ஆஃப்பின் போது எல்.ஐ.ஸி. மீது மோதாமல் பைலட் சற்று பவ்யமாக ஓட்டக் கற்றுக்கொள்ள வேண்டும் என்பதைத் தவிர வேறு என்ன பெரிய பிரச்சனை இருக்க முடியும்?

நல்லவேளையாக இந்தியன் ஏர்லைன்ஸே ப்ளேனில் நாம் இவ்வளவு எடை லக்கேஜ்தான் சுமக்கலாம் என்று கண்டிப்பாக நிர்ணயித்து விடுகிறார்கள்.

இல்லையென்றால் நம்மவர்கள் சும்மா இருப்பார்களா...? மல்லேஸ்வரம் அத்தைக்குப் பிடித்த மாவடு மூன்று ஜாடிகள் (அதுவும் மூடி இல்லாமல் துணியால் முக்காடு போட்ட ஜாடிகள்). அத்திம்பேருக்காகவே நமது வீட்டில் பிரத்யேகமாகக் காய்த்த பலாப்பழம் என்று நம்மிடம் திணித்து பாசஞ்சர் விமானத்தை பார்சல் விமானமாக்கி விடுவார்களே!....

ஆறரை மணி விமானத்திற்கு நாலரைக்கே சென்று தொலைக்க வேண்டுமாம். ஹும்! ரயில் வண்டியாக இருந்தால் கிளம்பி விட்டாலும் நுரை தப்ப ஓடிக் கடைசிப் பெட்டியில் தொத்திக் கொள்ளலாம். அட, மிஞ்சி மிஞ்சிப் போனால் டாக்ஸி வைத்துக் கொண்டு தாம்பரத்தில் பிடித்து விடலாமே! ஆயிரம் சொல்லுங்கள். ரயிலில் உள்ள சலுகைகள் விமானத்தில் உண்டா, என்ன?

என்னைத் துணையாக நம்பி பெங்களூருக்கு என்னோடு பயணம் செய்த அனந்தராமன் தம்பதியினரை உங்களுக்கு அறிமுகம் செய்து வைக்கிறேன். அனந்தராமன் என் தந்தையின் நெருங்கிய நண்பர். பல்லவனில்கூட ஏறுவதற்குப் பயந்து கொண்டு, பாதி நாட்கள் பிளாட்பாரம் ஓரமாகவே ஃபர்ஸ்ட்லைன் பீச்சிலுள்ள தனது அலுவலகத்திற்கு நடந்து செல்லும் பரம சாத்வீகர். நானாவது பரவாயில்லை. இதற்கு முன்பு நான்கு தடவை வானத்தில் சஞ்சரித்துள்ளேன். அனந்தராமனுக்கு இந்தப் பயணம் ஒரு கன்னி முயற்சி. பஸவங்குடியில் உள்ள இரண்டாவது பெண்ணின் மூன்றாவது பிரசவத்திற்காக அர்ஜெண்டாக அனந்தராமன் தம்பதியினர் செல்ல வேண்டிய நிர்ப்பந்தம். ஏர்போர்ட்டில் நுழையும்போதே அனந்தராமனின் முகத்தில் ஆயுள் தண்டனைக் கைதியின் அவஸ்தை தெரிந்தது. மிஸஸ் அனந்தராமனுக்கு

ப்ளேனைப் பற்றிய பயம் இல்லை. குனிந்த தலை நிமிராமல் செல்பவளுக்கு வானில் விமானம் என்று ஒன்று பறக்கிறது என்று தெரிந்திருக்க நியாயமில்லை.

ஏர்போர்ட் கட்டடத்தின் நுழைவாயிலில் நாங்கள் கால் வைத்தவுடன் 'ஆட்டோமேடிக்' கதவுகள் தானாகத் திறந்து கொண்டன. அச்சம் கலந்த வியப்போடு அனந்தராமன் என்னைப் பார்த்து, ''இதில் ஏதோ சூது இருக்கிறது'' என்று விழிகளால் தெரிவித்தார். முன்னதாகவே வந்து விட்டதால் மூவரும் ஏர்போர்ட் லவுஞ்ச் இருக்கைகளில் அமர்ந்தோம்.

ஏற்கெனவே பயணம் பற்றிய பீதியில் இருந்தவருக்கு அனாவசிய சந்தேகங்களைக் கிளப்பி சாதா பீதியை அதி பீதியாக ஆக்கினாள் மிஸஸ் அனந்தராமன். ''பாதி வழியில் ப்ளேன் நின்னு போச்சுன்னா என்ன பண்ணுவா?'' இது அனந்தராமனின் மன உளைச்சலுக்கு சாம்பிளான ஒரு கேள்வி.

அப்போது பெங்களூர் செல்லும் பயணிகளை, 'செக்இன்' செய்து கொண்டு உள்ளே வருமாறு ஒலிபெருக்கி அழைத்தது.

செக்இன் செய்து கொள்ள ஓடினோம். அதாவது, நீங்கள் புகை பிடிப்பவரா இல்லையா. சைவமா அசைவமா (அனந்தராமன் இரண்டும் இல்லை... வைணவம்...) என்று தெரிந்து கொண்டு அதற்கேற்றாற்போல் விமானத்தில் இடம் தருவார்கள். அனந்தராமன் ஒரு சீட்டு கேட்டார். ''வெற்றிலை துப்பவா?'' என்று கேட்டேன். ''இல்லை, வேடிக்கை பார்க்க'' என்றார் சிரித்து கொண்டே. முதன் முறையாக மனிதர் சிரித்தாரே என்று சந்தோஷப்பட்டேன். பிறகுதான் தெரிந்தது அது விரக்தியில் வந்த சிரிப்பு என்று.

இதற்குள் பக்கத்தில் ஒருவர் வந்து அனந்தராமனைப் பார்த்து, ''இன்ஷூரன்ஸ் செய்து கொள்ள பிரியப்படுகிறீர்களா?'' என்று கேட்க, பதிலுக்கு அனந்தராமனும் ''எதற்கு?'' என்று வெகுளித்தனமாக வினவ, வந்தவரும் விவரம் புரியாமல் ''ஒரு வேளை விபத்தில் நீங்கள் இயற்கையெய்தும் பட்சத்தில்....'' வந்தவர் முடிப்பதற்குள், அனந்தராமன் நெற்றியில் முத்து முத்தாக வேர்க்க ஆரம்பித்து விட்டது. எல்லோர் முன்னிலையிலும் அனந்தராமன் அவசரப்பட்டு அழுது விடுவாரோ என்ற பயத்தில், அவரைத் தரதரவென்று இழுத்துக் கொண்டு அடுத்த கட்டமான செக்யூரிடி பரிசோதனைக்கு விரைந்தேன்.

செக்யூரிடி பரிசோதனை 'ஹைஜாக்' ஆபத்திற்குப் பயந்து உள்நாட்டுப் பயணங்களுக்குக் கூட ஏர்போர்ட்டில் நம்மை உரித்துப் பார்த்து விடுகிறார்கள்...

மிஸஸ் அனந்தராமனின் எல்.ஜி. பெருங்காயப் பையைப் பிரித்த பெண் போலீசுக்கு அதில் இருந்த ஜாடியிலிருந்து வந்த மாவடு வாசனை 'மசக்கை' சப்புக் கொட்ட வைத்தது. போலீசாக இருந்தால் என்ன, அவளும் பெண்தானே!

செக்யூரிடி தாண்டியதும் ஒருவர் 'ஹேர் ட்ரையர்' போன்ற உபகரணத்தோடு நின்று கொண்டிருந்தார். பெருமான் கோவிலில் 'சடாரி' வைப்பது போல, அந்த உபகரணத்தை நமது உச்சந்தலையில் ஆரம்பித்து உள்ளங்கால் வரை வைத்துப் பார்க்கிறார். துப்பாக்கி, கத்தி போன்ற இரும்பு ஆயுதங்கள் நம்மிடம் ஒளிக்கப் பட்டிருந்தால் இந்த உபகரணம் 'பீப் பீப்' என்று ஒலி கொடுத்துக் காட்டிக் கொடுத்து விடுமாம்.

அனந்தராமனைப் பரிசோதனை செய்யும்போது அந்த உபகரணம் தொடர்ச்சியாகப் பலவிதமான ஒலி அளவுகளில் 'பீப் பீப்' செய்து ஒரு இசை சம்மேளனமே நடத்தியது. அனந்தராமன் 'பாண்ட்'டிலும் சொக்காயிலும் அவ்வளவு குண்டூசிகள். பத்தாத குறைக்கு உடம்பெல்லாம் உலோக தாயத்துகள். சந்தேகித்த அதிகாரியை ஒருவிதமாகச் சமாதானம் செய்து அனந்தராமனை என் பக்கம் அழைத்துக் கொண்டேன்.

விமானத்தின் வாயிலில் நின்று கொண்டு கரம் குவித்து வரவேற்ற விமான பணிப் பெண்ணின் இணக்கமான தோற்றத்தைத் தனக்குச் சாதகமாகப் பயன்படுத்திக் கொண்டு அனந்தராமன் அவளிடம், ''மொதல் தடவையா ப்ளேன்ல போறேன்... பைலட்டிடம் மெள்ளவே ஓட்டச் சொல்லுங்கோ'' என்று பவ்யமாகச் சொன்னார். அவள் புன்னகைத்தாள். உட்கார்ந்தவுடன் எல்லோரையும் 'பெல்ட்' போட்டுக் கொள்ளும்படி இனிமையான ஒரு பெண் குரல் பணிவாக மன்றாடியது. 'பங்கஜம் கூடவா பெல்ட் போட்டுக்கணும்... லேடீஸ் ஆச்சே!'' என்று அனந்தராமனின் அறியாமை தலை விரித்தாடியது.

இருவரிடமும் ஸீட் பெல்ட்டைக் காட்டி, அதைப் போட்டுக் கொள்ளும் விதத்தையும் கற்பித்தேன். மின்சார நாற்காலியில் மரண தண்டனைக்கு அமர்ந்தவனைப் போல அனந்தராமன் பெல்ட்டை மிகமிக இறுக்கமாகக் கட்டிக் கொண்டு கலவரத்தில் மௌனம் அனுஷ்டித்தார். சிதார், சரோட், ஷெனாய் போன்ற வாத்தியங்களால், நிலைய வித்வான்கள் பிரமுகர்கள் மறைவுக்குச் சோக கீதம் வாசிப்பார்களே, அது போன்ற ஒரு இசை விமானத்துக்குள் வியாபித்தவுடன் அவர் முகத்தில் கலவரம் அதிகமானது.

பணிப் பெண் எல்லோருக்கும் மிட்டாய் வழங்க ஆரம்பித்தாள். மிஸஸ் அனந்தராமன் பஸவங்குடி பேரனுக்காக அள்ளி எடுத்து மடிசார் தலைப்பில் முடிந்து கொண்டாள்.

போயிங் சிறிது தூரம் ஆறு மாத பிள்ளைத்தாய்ச்சி போல ஒய்யாரமாக அன்ன நடை பயின்றது.

ஒரு திருப்பம் வந்தவுடன் சிறிது நின்று பெருமூச்சு விட்டு, கர்ஜித்துக் கொண்டே ஓட ஆரம்பித்தது.

கர்ஜனை பிளிறலாகி, முடிவில் ஊளையிட்டுக் கொண்டே சென்ற போயிங், திடீரென்று ஊனமாகியது. விமான பணிப்பெண் சில பாதுகாப்பு விதிகளை போதித்தாள்.

ஜன்னல் வழியாகக் காஞ்சீபுரத்தை எட்டிப் பார்த்துக் கன்னத்தில் போட்டுக் கொண்ட மிஸஸ் அனந்தராமன் ''ஏன்னா, இதுல சின்ன காஞ்சீபுரம் எது?'' என்று அனந்தராமனைக் கேட்க, அவரும் பிலஸாபிகலாக ''அசடே! கீழ பூமிலதான் சின்ன காஞ்சீபுரம், பெரிய காஞ்சீபுரம்னு பாகுபாடு... மேலேருந்து பாரு... எல்லாமே சின்ன காஞ்சீபுரம்தான்...'' கூறி, என்னைப் பெருமிதமாகப் பார்த்தார்.

பத்துநிமிடப் பிரயாணம் மனிதரின் பயத்தைச் சிறிது போக்கி யிருக்கிறது போலும்.

நடுவில் ஜூஸ் என்ற பெயரில் எங்களுக்கு எல்லாம் ஒரு அஜீர்ண மிக்சர் வழங்கப்பட்டது.

''ஏன்னா! மாப்பிள்ளை ஸ்டேஷனுக்கு வருவார் இல்லே...?'' மிஸஸ் அனந்தராமன் குட்டி தூக்கம் முழித்து கேட்பதற்கும், ஐ.ஸி.538 போயிங் விமானம் பெங்களூர் மண்ணை மன்னிக்கவும். பெங்களூர் வானைத் தொடுவதற்கும் சரியாக இருந்தது.

ஏரோப்ளேன் 'இறங்கோ ப்ளேனாக' மாறப் போவதை அறிவித்து அவரவர்கள் மறுபடி பெல்ட்டைக் கட்டிக் கொள்ளுமாறு கேட்டுக் கொள்ளப்பட்டார்கள்.

ஒரு வேளை மிச்சம் என்று நினைத்தாரா, இல்லை மறந்து விட்டாரா தெரியவில்லை. அனந்தராமன் ‘டேக்ஆஃப்’ பின் போது கட்டிய பெல்ட்டை அவிழ்க்காமலே பயணம் செய்திருக்கிறார்!

விமானம் மெல்ல சரிந்து, ரன்வேயில் வாகாகத் தவழ்ந்து சென்று நின்றது.

அனந்தராமன் தம்பதியினரை வரவேற்க அவர்களது மாப்பிள்ளை ஆட்டோ சகிதமாக வந்திருந்தார்.

பிரியும் நேரத்தில் அனந்தராமனைப் பார்த்து, ‘‘என்ன சார்... திரும்பிப் போறச்சே ஏரோப்ளேனா, இல்லை...’’ நான் முடிக்கவில்லை. மனிதர். ‘‘நடந்தே மெட்றாசுக்குப் போனாலும் போவேனே தவிர ஏரோப்ளேன் சத்தியமா இனி ஏறமாட்டேன்...!’’ என்று முந்திக் கொண்டார்.

அனந்தராமனின் ஆட்டோ, ப்ளேனை விட மோசமான வேகத்தில் பறந்தது.

இதற்குப் பிறகு ‘ஆட்டோவில் கூட போவதில்லை’ என்று முடிவு செய்து பெங்களூரில் எல்லா இடங்களையும் அனந்தராமன் நடந்தே சென்றதாக, கேள்விப்பட்டேன்.

அன்புள்ள முதலமைச்சருக்கு...

அன்புள்ள மாண்புமிகு முதலமைச்சருக்கு... அன்றாட வாழ்க்கையில் அல்லல்படும், அவதிப்படும்... ஏன், சுத்தமாகச் சொல்லப் போனால் 'லோல்படும்' ஆயிரக்கணக்கான மத்யவர்க்க மக்கள் (ஆலோசகர்கள் வைத்துக் கொண்டு வரி ஏய்ப்பதற்கு வசதி இல்லாத ஓரளவு வருமானம் வாங்குபவர்கள்...) சார்பாக அடியே னின் தெண்டம் சமர்ப்பித்த விஞ்ஞாபனம்...

நலம். நலமறிய அவா என்று வழக்கம் போல பொய்யாக ஆரம்பித்துக் கடிதத்தை ஆரம்பிக்க ஆசையாகத்தான் இருக்கிறது. மன்னிக்கவும், பொய் சொன்ன வாய்க்கு போஜனம் (சத்துணவு இல்லை... சாதா உணவு) கிடையாது என்று பெரியவர்கள் கூறு வார்கள். ஹூம்! பெரியவர்களுக்கு என்ன... அவர்கள் பாட்டுக்கு கண்டதை, காலம் நேரம் பார்க்காமல் கூறி விடுவார்கள்.

அரிசியை அட்சதையாகக் கை நிறைய எடுத்து மணமக்கள் தலைமீது 'அஸால்ட்டாக' அள்ளி எறிந்து சந்தோஷமாகத் தலை வாழை இலையில் புரண்டு எழுந்த அது பெரியவர்களின் பொற்காலம்.

இப்போது நிலவும் வறட்சியில் அரிசிக்குப் பதிலாக அட்ச தையாக உப்பைப் போடுவதற்குக் கூட ஓராயிரம் முறை நாம் யோசிக்க வேண்டியிருக்கிறது.

அட, அப்படியே ஒருவேளை கள்ள மார்க்கெட்டில் அரிசி வாங்கி அட்சதையாகப் போடலாமென்றால் அதில் கலந்திருக்கும் கற்கள் மணமக்கள் தலையில் பலத்த காயத்தை உண்டாக்கி விடுமோ என்கிற பயமும் கூடவே எழுகிறது. ஆக மொத்தம், பொய் சொன்னாலும் சரி, மெய் சொன்னாலும் சரி, போஜனம் என்பது சத்தியமாகக் கிடையாது என்கிற நிலை ஏற்பட்டுக் கொண்டிருக்கும் பட்சத்தில் பேசாமல் நிலவுகிற உண்மையை உங்களிடம் உரைத்து விடுவதே உசிதம்.

இந்தக் கடிதத்தின் (கஷ்டம் விடுதூது) முக்கியக் காரணமே தீர்க்க முடியாத கஷ்டங்களை உங்களிடம் அழுது தீர்த்து விடுவதுதான்!

ஆனால், இப்பொழுதெல்லாம் அழுவதற்குக் கூட பயமா யிருக்கிறது சார்!

சிந்தும் கண்ணீரை, 'கரித்தாலும் பரவாயில்லை, குளிப்பதற் காவது பயன்படும்' என்று குடத்தில் பிடித்து கொண்டு போய் விடுகிறார்கள். சொன்னால் நம்ப மாட்டீர்கள்... பாலசந்தரின் 'தண்ணீர் தண்ணீர்' சினிமா போஸ்டரைப் பார்த்து கொண்டே சிலர் தாகத்தைத் தீர்த்துக் கொள்கிறார்கள்.

திருமணங்களில் வரவேற்க, பன்னீர் தெளித்தால், வந்திருப்ப வர்கள் டக்கென்று தலையைத் தூக்கி ஏக்கத்தோடு வாயைப் பிளக்கிறார்கள் என்றால் பார்த்துகொள்ளுங்களேன்! கண்ணீரோ, பன்னீரோ தாகம் தணிய ஏதோ ஒரு திரவம் கிடைத்தால் சரி என்று காய்ந்து கிடக்கிற நிலை... தென்மேற்குப் பருவக்காற்று, வட கிழக்குப் பருவக்காற்று என்கிறார்கள். இந்த விதவிதமான காற்று வரிசையில் கோடைகால 'கார்ப்பரேஷன் குழாய் காற்றையும்' நாம் சேர்த்துக் கொள்ளலாம்.

ஒரு நாள் விட்டு ஒரு நாள் கார்ப்பரேஷன் குழாயில் காற்று வரும் என்பதற்குப் பதிலாக, தவறாக தினசரிகள் தண்ணீர் வரும் என்று அறிவித்து விட்டன போலும். ஆனால், ஒரு விதத்தில் இதுவும் நல்லதே! பவர்கட்டில் மின்விசிறி சுழல மறுக்கும் நேரங்களில் கார்ப்பரேஷன் குழாய் அடியில் குடத்தோடு குடமாக நாங்களும் தஞ்சம் புகுந்து அதில் வரும் ...ஸாரி... வீசும் குளுகுளு காற்றில் குஷிப்படுகிறோம்.

கொல்லைப்புறக் கிணறுகளைப் பற்றிக் கேட்கவே வேண் டாம்... எட்டிப் பார்த்தால் வேதாள உலகம் பாதாளத்தில் தெரிகிறது. உள்ளே இறக்கிய குடம் தண்ணீரைத் தொடுவதற்குள் குளிக்கும் ஆசையே போய் விடுகிறது.

எனது அடுத்த வீட்டு நண்பர் தனது கொல்லைப்புறக் கிணற்றில் 'இவ்விடம் குடியிருக்க வாடகைக்கு விடப்படும்' என்ற பலகையைத் தொங்கவிட்டு விட்டார் என்றால் பார்த்துக் கொள்ளுங்களேன்! 'தண்ணீரைக் கண்டால் தூரவிலகு' என்னும் 'ஹிப்பிகள்' கூட அங்கலாய்க்கும் அளவிற்குத் தமிழ்நாட்டில் தண்ணீர் பஞ்சம் தாண்டவமாடுகிறது. மகாகவி பாரதியார் இன்று நம்மிடையே இருந்திருந்தால், 'செந்தமிழ் நாடென்னும் போதினிலே சொட்டு நீர் கூடப் பாயாது வாயினிலே' என்று நிச்சயமாகப் பாடியிருப்பார்.

யாரைச் சொல்லியும் குற்றமில்லை. குன்னக்குடியின் வயலி னுக்கே மசியாமல் ஒன்று சேர மறுக்கும் மேகங்களே தற்போது நமக்கு எதிர்க்கட்சி! என்றுதான் இந்த மேகக் கட்சி மெம்பர்கள் வான அசெம்பிளியில் ஒன்று கூடி மழை தீர்மான மசோதாவை நிறைவேற்றப் போகிறதோ...?

அட, தண்ணீர்தான் இல்லை; இந்தத் தமிழகம் காஷ்மீர், சிம்லா இப்படி ஒரு குளிர்ப் பிரதேசமாக ஜிலுஜிலுவென்று இருந்து தொலையக்கூடாது? திங்கள் பல் தேய்த்து, தேய்த்த வாயை செவ்வாய் அன்று கொப்பளித்து, புதன் முகம் கழுவி, வியாழன் குளித்து இப்படித் தண்ணீரைக் கிழமை வாரியாக சிக்கனமாகச் செலவழிக்கலாம் என்றால் இப்போதே இப்படியா ஒரு வெயில் வேறு அடிக்கும்?

நல்லவேளை, மாநகராட்சி தேர்தல் பல வருடங்களாக நடக் காததால் நாங்கள் பிழைத்தோம். அது வேறு நடந்து வைத்தால் வெறி பெற்ற கவுன்ஸிலர்கள் சும்மா இல்லாமல் தங்கள் தொகுதி மக்களுக்கு நல்லது செய்கிறேன் பேர்வழி என்று வீதிகளுக்குத் தார் பூசிச் செப்பனிட்டு விடுவார்கள்.

வெப்பத்தில் தார் உருகி எங்கள் பாதங்களைக் கொப்பளமாக்கும். வேண்டாம் சார், கார்ப்பரேஷன் தேர்தல், இந்தப் பூலோக வாழ்க் கையைவிட மோசமான மேடு-பள்ளங்களை உடைய வீதிகளை கவுன்ஸிலர்கள் கங்கணம் கட்டிக் கொண்டு சரி செய்து விட்டால் எங்கள் பாடு திண்டாட்டமாகி விடும். ஒரு வேளை மழை பெய்தால் தண்ணீர் தேங்குவதற்கு வசதியாக உள்ள வீதியின் மேடு பள்ள 'அணைக்கட்டுகளை' தயவு செய்து சரிசெய்து விடாதீர்கள். வீதியில் தண்ணீர் தேங்கினால் அதில் கொசுக்கள் குடும்பம் நடத்தி மலேரியாவைப் பரப்பும் என்று பயப்படுகிறீர்களா? சொன்னால் ஆச்சரியப்படுவீர்கள். இப்பொழுதெல்லாம் நாங்கள் சந்தனத் திற்குப் பதிலாக 'ஓடோமாஸ்' க்ரீமை உடம்பில் பூசிக் கொண்டு ஊதுவத்திக்குப் பதிலாக 'டார்டாய்ஸ்' கொசுவத்தியின் பரிமள சுகந்தத்தைச் சுகமாகச் சுவாசித்து, கொசுக்களின் அன்பு முத்த அரவணைப்பில் மெய்மறந்து அமைதியாகத் தூங்கக் கற்றுக் கொண்டு விட்டோம். இது தவிர இன்னும் ஒரு முக்கியமான விஷயம். பெண் கொசு கடித்தால்தான் மலேரியா வரும் என்று புத்தகத்தில் படித்ததாக நினைவு. அதனால் கடிக்க வரும் கொசு புடவை கட்டியிருந்தால் அது பெண் கொசு என்று புரிந்து கொண்டு போர்வைக்குள் புகுந்து கொண்டு தப்பி விடுவோம். மேலும் எங்களில் சிலர் சமயோசிதமாகப் படுக்கை அறையின் வாயிலில் பல்லவனில் மகளிர் மட்டும் என்று போடுவது போல 'ஆடவர் கொசு மட்டும்' என்று போர்டு எழுதித் தொங்க விட்டு விட் டோம். பெண் கொசுக்கள் அதைப் படித்துவிட்டு பாவம், ஏன் இவனது பிரம்மச்சரியத்தை நாம் பாழாக்க வேண்டும் என்ற நல் லெண்ணத்தில் பறந்து விடும் அல்லவா!

இத்தனைக்கும் நடுவில் பர்மனெண்டாக விலைவாசிப் பிரச்ச

னை! நீர் உயர நெல் உயரும், நெல் உயர குடி உயரும், குடி உயர கோன் (தமிழ் 'கோன்' ஆங்கில ஐஸ்க்ரீம் 'கோன்' அல்ல) உயரும் என்பது சங்ககாலப் பழமொழி. எப்படித்தான் எது உயர்ந்தாலும் உயராவிட்டாலும் விலைவாசி மட்டும் திரிவிக்கிரம அவதாரமாய் உயர்ந்து கொண்டே போகிறதோ?

அட்லீஸ்ட் ஒன்றும் செய்ய முடியாமல் 'கெரெஸினை' மேலே ஊற்றிக் கொண்டு பற்ற வைத்துத் தற்கொலை செய்து கொண்டாவது தப்பிக்கலாம் என்று பார்த்தால் 'கெரெஸின்' கிடைக்காமாட்டேன் என்கிறது. கெரெஸின்தான் கிடைக்கவில்லை; அட, மூட்டைப்பூச்சி மருந்தைச் சாப்பிட்டாவது சாகலாம் என்றால் கலப்படத்தால் மூட்டைப்பூச்சி மருந்துக்கு மூட்டைப்பூச்சியே சாக மறுக்கிறது.

முன்பெல்லாம் சந்தைக்குச் சென்று கறிகாய் வாங்கி வந்த கணவனிடம் மனைவி பின்வருமாறு கோபிப்பாள்: ''கத்தரிக்காய் வாங்கி வரச் சொன்னால் கொத்தவரங்காய் வாங்கி வந்திருக்கிறீர்கள். பூசணி வாங்கச் சொன்னால் பரங்கி வாங்கி விடுகிறீர்கள். நீங்க கறிகாய் வாங்கற லட்சணம் சகிக்கலை...''

இப்பொழுது புருஷன்மார்களுக்கு, தவறாக வாங்கிவிட்டால் பெண்சாதி திட்டுவாளே என்ற அச்சமே கிடையாது. அகத்திக்கீரையைத் தவிர வேறு எந்தக் கறிகாய் வாங்கினாலும் அடுத்த நிமிடமே மணிபர்ஸ் அம்மணமாகவிடும். நமக்கே அகத்திக்கீரை என்றால் ஆடு மாடுகளின் கதியை யோசித்து பாருங்கள். காந்தி ஆட்டுப் பாலை அருந்திய காலம் போக இப்பொழுது ஆடுகள் ஆட்டன் பரோவின் 'காந்தியை' (போஸ்டர்) சாப்பிடும் கலிகாலம்!

முன்பெல்லாம் மற்ற மாநிலங்களோடு ஒப்பிட்டுப் பார்க்கையில் நாம் சிறிது மார் தட்டிக் கொள்வதற்கு ஏதுவாகத் தமிழகம் சாந்த சொரூபியாக இருந்தது.

டீக் கடை, குழாய் அடி போன்ற களங்களில் நடக்கும் சிறு சிறு விளையாட்டு யுத்தங்களைத் தவிர மற்றபடி பெரிது படுத்தக்கூடிய கலவரங்களோ, கொள்ளை, திருட்டுகளோ தமிழகத்தில் இருந்தது கிடையாது. அப்பொழுதெல்லாம் திருடர்களும் பேராசை பிடித்தவர்களாக இல்லாமல் தொழில் தர்மத்தைக் காக்க வேண்டுமே என்ற எண்ணத்தில் வாளி, பக்கெட், வெந்நீர் போடும் அண்டா, கல்யாண வீடுகளில் செருப்பு, (இது திருட்டு அல்ல... ஒரு வகை வியாதி) காயப் போட்ட கிழிந்த பனியன், அண்டர்வேர் போன்ற அல்ப விஷயங்களைத்தான் அபகரிப்பார்கள்.

ஆனால் இப்பொழுது பத்திரிகைகளைப் பார்க்கும்போது பகீரென்கிறது. பங்களூர் செல்லும் திருவள்ளுவர் பஸ்ஸின் ஓட்டுநர்

சுட்டுக்கொலை செய்யப்பட்டார். பலான இடத்தில் பயங்கர கொலை கம் கொள்ளை... மேலான முக்கியப் புள்ளியின் வீட்டில் புகுந்து விரோதிகள் தாக்குதல்... அம்பு குறியிட்ட இடத்தில் எரிந்துபோன குப்பம் முன்பு இருந்தது தெரிந்ததே..

சாராயம் சாப்பிட்டதால் வெறியில் தந்தை, மகனை வெட்டிக் கொன்றார். பஸ் ஏறியதால் பத்து பேர் ஸ்தலத்திலேயே மாண்டார்கள். இப்படிப் பல சாவுகள், கொள்ளைகள், குரு க்ஷேத்திர யுத்தங்கள். பத்திரிகைகளை ஒருவேளை சுடுகாட்டில் அச்சடிக்கிறார்களோ என்று எண்ணும் அளவிற்குப் பக்கத்திற்குப் பக்கம் துக்கமான செய்திகள்.

எங்கள் மதிப்பிற்கும் வணக்கத்திற்கும் உரிய முதல்வரே! நீங்கள் ஆணையிட்டால் நிச்சயம் எதுவும் நடந்து விடும். இன்னும் சிறிது காலத்திற்கு நீங்கள் உங்களைத் தமிழக முதல்வராக எண்ணாமல் ஒரு மனுநீதிச் சோழனாக நினைத்துக் கொள்ளுங்கள். மாறுவேடத்தில் முடிந்தால் வந்து கலப்படங்களைக் கண்டுகொள்ளுங்கள்... கட்சிப் பணியைப் பற்றிக் கொஞ்ச காலம் கவலைப்படாமல் எங்கள்மீது கருணை காட்டுங்கள்.

கடைசியாக - மிக மிகக் கடைசியாக - தமிழகத்தின் சராசரி மக்கள் சார்பாகக் கேட்டுக் கொள்வது இதுதான்:

- ரேஷன் கடையில் க்யூவில் முதல்வர் மாறு வேடத்தில் வந்து கலப்பட வியாபாரியைத் தானே 'பர்சனலாக' கைது செய்தார்.

- ❖ மவுண்ட் ரோடில் நடந்த விபத்தைப் பார்வையிட்ட முதல்வர்,
- ❖ போலீஸ் கமிஷனரோடு சாலை விபத்துகளைத் தடுக்க என்ன செய்யலாம் என்று ஆலோசித்தார்.
- ❖ தண்ணீர் கொண்டுசெல்லும் லாரிகளிலிருந்து தண்ணீர் வழிந்து வீணாவதைப் பார்த்து முதல்வர் வருத்தம்...
- ❖ கல்லூரி மாணவர்கள் விழாவில் கலந்து கொள்ளச் சென்றதால் முதல்வர் கட்சி மாநாட்டில் கலந்து கொள்ளவில்லை.

நாளையிலிருந்து பத்திரிகைகளைப் பிரித்தால் மேற்கூறிய செய்திகள் அதில் இருந்தால்... மாண்புமிகு முதலமைச்சரே! மக்கள் சார்பாகத் துண்டைத் தாண்டி சத்தியம் செய்கிறேன். இன்னும் நாலு ஐந்து மாமாங்கத்திற்கு நீங்கள்தான் எங்கள் முதலமைச்சர்.

இப்படிக்கு,
உங்கள் விசுவாச
குடிஜனங்கள்.

பாலிடிக்ஸ் ப்ளஸ் டூ

ஆந்திர குருட்சேத்திரத்தில் 'தெலுகுதேச' மன்னர் கலியுகக் கிருஷ்ண பரமாத்மா என்.டி.ராமராவ் அவர்கள் 'தெலுகுதேச ஊழியர்களுக்காக அரசியல் கல்லூரி ஒன்று ஆரம்பிக்க வேண்டும்' என்று திருவாய் மலர்ந்தருளியிருப்பதாகச் செய்திகள் வந்திருக்கின்றன.

ராமராவ் காருவின் மேற்கூறிய ஆசை அகில இந்திய ரீதியில் செயலாக்கப்பட வேண்டிய விஷயம் என்று தோன்றுகிறது. இதைக் கல்லூரியோடு மட்டும் நிறுத்தக்கூடாது. அரசியல் திண்ணைப் பள்ளிக்கூடங்களில் ஆரம்பித்து அரசியல் 'கிண்டர் கார்டன்கள்'. அரசியல் 'ப்ளஸ்டூக்கள்', அரசியல் ஆராய்ச்சி நிறுவனங்கள் என்று தோன்ற வேண்டும்.

அட ராமாராவே! (அட ராமா! என்பதற்குப் பதிலாக...) அரசியல் 'கார்ப்பரேஷன் ஸ்கூல்களை' மறந்து விட்டோமே! போகிறபோக்கில் டி.வி. க்விஸ் நிகழ்ச்சிகளில் ''கார்ப்பரேஷன் என்றால் என்ன?'' என்று கேட்டாலும் ஆச்சரியப்படுவதற்கில்லை. அதற்கு ஒருவர் எழுந்து, ''தற்போதைய பெட்ரோல் பற்றாக்குறையைச் சமாளிக்க அரசாங்கமே 'ரேஷன்' முறையில் 'கார்'களை விற்பதற்கு கார்ப்பரேஷன் என்று பெயர்'' என்று பதிலளித்தாலும் அளிக்கலாம்.

விஷயத்துக்கு வருவோம். சில குழந்தைகளின் நடவடிக்கைகளைப் பார்த்தாலே அவை பிற்காலத்தில் பெரிய அரசியல்வாதிகளாக வரக்கூடியவர்கள் என்று தெரிந்துவிடும். உதாரணமாக

எப்போதும் செருப்பு, பூட்ஸ் இப்படிக் காலணிகளைக் கையில் வைத்துக் கொண்டு விளையாடும் குழந்தைகள், பெற்றோர்கள் சொல்லும் சாதாரண வேலைகளைச் செய்வதற்குக்கூட 'லஞ்ச'மாக சாக்லேட், மிட்டாய் கேட்கும் பிள்ளைகள், ஒரு இடத்தில் நிற்காமல் எப்பொழுதும் வீட்டில் ஒவ்வோர் இடமாக ஓடிக் கொண்டே 'சூறாவளிச் சுற்றுப் பயணம்' செய்யும் சிறுவர்கள். பின்னால் செய்யப் போகும் 'கட்சித் தாவலுக்கு' அறிகுறியாக, பிறந்து ஆறாவது மாதத்திலேயே விளையாட்டுச் சாமான்கள் வைத்திருக்கும் விருந்தாளிகளிடம் வேற்றுமுகம் பாராமல் தாவும் பிழைக்கத் தெரிந்த பிஞ்சுகள், எவ்வளவுதான் அலங்காரம் செய்தாலும் உடனடியாக வீதி மணலில் புரண்டு எழுந்து 'ஊழல் மன்னனாக' மாறிவிடும் மழலைகள், சாக்லேட், மிட்டாய் போன்றவற்றை 'காக்காய் கடி' கடித்துக் கொடுத்து தாஜா செய்து, தனது தற்காப்புக்காக 'பொடி ஆட்களை'த் தயார் செய்து வைத்திருக்கும் பால தலைவர்கள். இத்தகைய குழந்தைகள் இந்த ஆரம்பப் பள்ளிக்கூடத்தில் அவசியம் சேர்க்கப்பட வேண்டிய குழந்தைகள். 'ஆத்திச்சூடி' இல்லாமல் ஆரம்பக் கல்வியா? ஔவையாரின் ஆத்திச்சூடியை நடைமுறை அரசியலுக்கேற்ப கீழ்க்கண்டவாறு மாற்றியமைத்து அரசியல் குழந்தைகளின் செவிப்பறையில் ஓத வேண்டும்.

அன்னையும் (இந்திரா) பிள்ளையும் (ராஜீவ்) முன்னெறி தெய்வம்.
ஆலய உடைமைகள் (திருப்பதி) அரசாங்கம் கையிலே.
இயல்வது கறவேல் (இயன்ற வரையில் லஞ்சத்தைக் கறந்து விடு).
ஈவது மறவேல் (ஆங்கிலத்தில் 'ஈவ்' என்றால் தாய்க்குலத்தைக் குறிக்கும்).
தேர்தல் சமயங்களில் தாய்க்குலத்தை தாஜா பண்ண மறவாதே.)

பிள்ளைகளுக்குச் சீருடையாக (Uniform) சொக்காய் நிஜாருக்குப் பதிலாக, தழையத் தழைய வேட்டியும், தோளிலிருந்து புரளும் துண்டும் அளிக்கலாம். பிற்காலத்தில் அவர்கள் வோட்டு கேட்க வீடு வீடாக ஏறி இறங்கும்போது தழையப் புரளும் வேட்டியால் தடுக்கி விழாமலிருக்கச் சிறு வயதிலேயே அவர்களுக்கு இந்த சீருடைப் பயிற்சியை அளிப்பது நல்லது.

பள்ளிக்கூடம் துவங்குவதற்கு முன்பாக 'ப்ரேயராக' பிரபலமான கட்சிப் பாடல்களையும் 'டேப்' சங்கீதங்களையும் ஒலிபெருக்கியில் போட்டு அலற வைத்து மாணவர்களுக்கு அரசியல் இசை ஞானத்தை உண்டாக்கலாம். சாம்பிளுக்கு ஒரு டேப் சங்கீதம்.

'டாப் டக்கரு அண்ணாச்சி...
டால்டா விலை என்னாச்சு...!
டக்கரு டக்கரு தம்பிகளா...
தலைவர் பேச்சை நம்புங்கடா....'

மேலே கூறப்பட்ட தத்துவம் ததும்பும் பாடல்களை 'நர்சரி ரைம்'களாகக் கற்றுக் கொடுத்துக் குழந்தைகளுக்குத் தமிழ் ஆர்வத்தை உண்டாக்கலாம்.

வகுப்பறையில் ஆசிரியர் நுழைந்ததும் மாணவர்கள் வெறித்தனமாக விசிலடித்து அவரை வரவேற்று 'குட்மார்னிங் சார்!' என்பதற்குப் பதிலாக 'குட்மார்னிங் அண்ணே!' என்று காட்டுத்தனமாகக் கூவும் பழக்கத்தை ஏற்படுத்த வேண்டும். பதிலுக்கு ஆசிரிய அண்ணனும் 'குடமார்னிங் தம்பிகளே!' என்று கூறி, அண்ணன்-தம்பி சகோதர பாசத்தைத் தோற்றுவிக்க முயல வேண்டும்.

வகுப்பிற்கு 'லீடரை' தேர்ந்தெடுக்கப் பின்வரும் வழியை ஆசிரிய அண்ணன்கள் பின்பற்றலாம். எந்த ஒரு மாணவன் வாயில் விரலை வைக்காமல் அட்டகாசமான சத்தத்தோடு விசிலடித்து ஆசிரிய அண்ணனை ஸ்தம்பிக்க வைக்கிறானோ அவனே வகுப்பிற்கு 'லீடராகும்' தகுதி பெற்றவன்.

வகுப்புகளை ஆறாவது மாவட்டம், ஏழாவது மாவட்டம் என்றும், செக்ஷன்களை ஏ வட்டம், பி வட்டம் என்றும் கொள்ளலாம். இந்த முறை மாணவர்களின் வட்ட, மாவட்ட அறிவை விருத்தி செய்ய அனுகூலமாயிருக்கும். மேலும் இந்த அரையாண்டுத் தேர்வு, இறுதி ஆண்டுத்தேர்வுகளை சட்ட சபை தேர்தல், பாராளுமன்றத் தேர்தல் என்று கவர்ச்சிகரமாக மாற்றியமைக்கலாம். மாதத்திற்கு ஒரு முறை வகுப்பு ஆசிரியரே நடத்தும் சிறுசிறு பரீட்சைகளை 'இடைத் தேர்தல்களாக' வைத்துக் கொள்ளலாம். இந்த ரீதியில் பார்த்தால் வீட்டில் செய்யவேண்டிய 'ஹோம்ஒர்க்' கட்சிப் பணியாகிறது.

நாற்பது மார்க்குகளுக்குக் குறைவாகத் தேர்வில் எடுத்த மாணவனிடம், ''நீ பெயிலாகி விட்டாய்'' என்று கூறுவதை விட ''உனக்கு டெபாசிட் போய் விட்டது'' என்று கூறினால் அவனும் பெருந்தன்மையோடு 'மறப்போம் மன்னிப்போம்' பாவனையில் அடுத்த தேர்தலுக்குத் தன்னைத் தயார் செய்துகொள்ள முனைவான்.

வாரத்திற்கு ஒரு முறையேனும் பள்ளியின் மத்திய ஹாலில் வண்ண அலங்கார மேடை போட்டுப் பொதுக்கூட்டமும், பேச்சுப் போட்டியும் நடத்த வேண்டும். கொடுத்த தலைப்புக்குச் சிறிதும் சம்பந்தமில்லாது தெளிவாக அதே சமயத்தில் எந்தவிதக் குழப்பமுமின்றி உளறும் மாணவனைச் சிறந்த பேச்சாளனாகத் தேர்ந்தெடுத்து அவனுக்குப் பள்ளியின் சார்பாக மலர்க் கிரீடமும் கலர் சாக்பீஸ் மாலையும் அணிவிக்க வேண்டும். வசதியுள்ள வெற்றி பெற்ற மாணவனுக்கு எடைக்கு எடை குச்சி ஐஸ்கிரீமோ,

அல்லது கமர்கட்டோ தரலாம்.

பள்ளி மைதானத்தில் செருப்பு எறிதல், சோடா பாட்டில் வீசுதல், சரமாரியாகக் கல் மழை பொழிதல் போன்ற 'வீர விளையாட்டுகளுக்கு முக்கியத்துவம் அளிக்கலாம்... முக்கியமாக மாணவர்கள் செருப்பு எறிதலில் அவசியம் தங்கப் பதக்கம் வாங்கும் அளவு திறமை உள்ளவர்களாக இருக்க வேண்டும். நாளை பொறுப்பு வரும்போது கையில் கொடுக்கப்படும் 'பாட்டாவை' விடக் காலில் அணிந்திருக்கும் 'பாட்டா' எவ்வளவு முக்கியமானது என்பதை இன்றிலிருந்தே அவர்களுக்கு உணர்த்த வேண்டும்.'

அரசியல் கல்லூரியில் 'கெட்ட வார்த்தை'தான் 'ஃபஸ்ட் லாங் வேஜ்'. 'மேற்படிப்பு' முடித்து டெல்லி செல்பவர்கள் கெட்ட வார்த்தையில் திட்டுவதற்கு வசதியாக 'ஹிந்தி கெட்ட வார்த்தை'யை செகண்ட் லாங்வேஜாக எடுத்துக் கொள்ள வேண்டும்.

அடுத்தது, கணிதம். எதை எதால் வகுத்தாலும் பெருக்கினாலும் கூட்டினாலும் கழித்தாலும் தனக்குச் சாதகமான விடையை வரவழைத்துக் கொள்ள 'சாமர்த்திய கணிதம்' சொல்லித் தரப்படும். அரசியல் கணிதத்தில் 'ஸ்பெஷலைஸ்' செய்ய விரும்புபவர்கள் 'லஞ்ச கணிதத்தை' 'மேஜராக' எடுத்துக் கொள்ளலாம்.

லஞ்ச கணிதத்தில் தேர்ச்சியடைய விரும்புபவர்களுக்குப் பேராசிரியர் 'கப'ளீஸ்வரரின்' 'அரசியல் லஞ்ச அனாலிஸிஸ்' புத்தகத்தைப் பாடமாக வைக்கலாம்.

ஊழல் திரவத்தை 'நியூட்ரலைஸ்' செய்ய 'கமிஷன்' அமிலம்

பத்து 'ஸிஸியும்', 'நீதிபதி மாற்றல்' உப்பு இரண்டு தேக்கரண்டியும் கலந்து 'பத்திரிகை' பர்னரில் கொதிக்க வைத்து, பின் ஆற அமர வைத்து மறக்கச் செய்யும் அரசியல் கெமிஸ்ட்ரியும் உண்டு.

ஆளும் கட்சியின் மீது சுமத்தப்பட்ட குற்றச்சாட்டு ஆக்ஷனுக்கு நேர் எதிர் ஆக்ஷனாகவும் அதே சமயத்தில் சமமான ஆக்ஷனாகவும் குற்றம் சாட்டும் 'பிஸிக்ஸை' சொல்லித் தர இந்த அரசியல் கல்லூரியில் பல 'நியூட்டன்கள்' ஆசிரியராகச் சேரலாம்.

ஒருவேளை இம்மாதிரி அரசியல் கல்லூரிகளில் பயின்று தேறியும்கூட (காப்பியடித்தாவது) பரம சாதுவாக 'சிவனே' என்று இருக்கும் பட்டதாரிகளை 'கவர்னராக' நியமிக்கலாம்.

ஐந்து ஆண்டுகளுக்கு ஒரு முறை வோட்டளிக்கும் அர்ச்சுனர்களே! அரசியல் பள்ளிகள், கல்லூரிகள், பல்கலைக்கழகங்களின் அமைப்பு உங்களுக்கு ஓரளவு புரிந்திருக்கும் என்று நம்புகிறேன்.

அடுத்து வரும் தேர்தல்களில் உங்களிடம் வோட்டு கேட்க வரும் அரசியல்வாதிகள் அரசியல் கல்லூரியில் படித்துத் தேறிய வர்கள்தானா என்று தெரிந்து கொள்ள உடம்பில் கறுப்பு தலையில் பட்டமளிப்புக் குல்லாயும், கையில் பல்கலைக்கழக சர்டிபிகேட்டும் வைத்துக் கொண்டு எடுக்கப்பட்ட புகைப்படத்தைக் காட்டச் சொல்லுங்கள். அதன்பின் அவர்கள் முதுகுப் பகுதியில் அரசியல் கல்லூரியில் படித்துத் தேறியதற்கு அத்தாட்சியாக ஐ.எஸ்.ஐ. சின்னம் பச்சை குத்தப்பட்டிருக்கிறதா என்று பரிசீலனை செய்யுங்கள்.

தயவுசெய்து போலிகளைக் கண்டு ஏமாறாதீர்கள்!

கடைசியாக ஒன்றை மட்டும் மறக்காமல் செய்யவேண்டும். அரசியல் பல்கலைக் கழகத்திற்கென்று ஒரு கொள்கை (Motto) வேண்டுமல்லவா? அதற்காக 'கற்றவர்க்குச் சென்றவிட மெல்லாம் செருப்பு' என்ற புதுமொழி இருக்கவே இருக்கிறது. ஜமாய்த்து விட வேண்டியதுதானே!

சௌக்கிய மன்னன்

பட்டப்பா

"என்ன சார் சௌக்கியமா?" அவசர காரியமாகச் சென்று கொண்டிருக்கும் பொழுது எதேச்சையாக எதிரில் வரும் அறுவைகளி டமிருந்து தப்புவதற்காகவும், அதே சமயத்தில் நம்மோடு இயல்பாக ஊறிய 'இந்து சமவெளி நாகரிகத்தை' வெளிப்படுத்துவதற்காகவும் நாம் சகஜமாகக் கேட்கும் ஒரு சாதாரணக் கேள்வி இது.

மனைவியின் தலைவலிக்கு (நமது 'தலைவலிக்கும்' சில சமயங்களில் தலைவலி வருகிறதே!) 'தைலம்' வாங்கச் செல்லும் நாம், அறியாமையில் அசிரத்தையாகக் கேட்கும் இந்தக் கேள்வி 'வேலியில் செல்லும் ஓணானை வேட்டியின் மீது அசட்டுத்தனமாக எடுத்துப் போட்டுக் கொள்வதற்கு' சமமாகும்.

எதிரில் வந்த அறுவை, "என்ன சார் சௌக்கியமா?" என்று நாம் கேட்பதற்காகவே இது நாள்வரை 'பகீரதத்தவம்' செய்து காத்திருந்தவர் போல, நம்மைக் கெட்டியாகப் பிடித்துக் கொள்வார்.

நாம் விசாரித்தது நண்பரின் சௌக்கியத்தை, ஆனால், நண்ப ரோ 'கற்பை வில்லனிடம் பறி கொடுத்த தமிழ் சினிமா கதாநாயகி' பாவத்தில் புலம்புவார். அப்பொழுது அவருடைய முகத்தில் 'தேவதாஸ்' நாகேஸ்வரராவின் 'உலகே மாயம்' ஜாடை தெரியும். தனது மூன்றாவது மகளின் ஜாதகத்தில், 'செவ்வாய் தோஷம்' இருப்பதில் ஆரம்பித்து தனது இடுப்பு வலி வரை ஒன்று விடாமல் கூறி நமது அனுதாபத்தைச் சம்பாதிக்க விரும்புவார். வெளிப் பார்வைக்கு நமது வதனம் நண்பரைத் தேற்றுவது போல கனமான வருத்தத்தோடு அனுதாபத்தை வெளியிடும். ஆனால் நமது உள் மனம் உற்சாகத்தோடு நண்பரின் அசௌக்கியங்களைக் கேட்டுக் கொள்ளும்!

அமெரிக்க ஜனாதிபதி ரீகனிலிருந்து நாம் அன்றாடம் சந்திக்கும் ராமன், ராபர்ட், ரஹீம் வரையில் ஒரு பயலுக்காவது

சௌக்கியத்திற்குச் சரியான 'ஸ்பெல்லிங்' தெரியவில்லை என்ற எனது ஆதங்கத்தை 'பால்ய நண்பன் பட்டப்பா' ஒருவன்தான் நிவர்த்தி செய்தான்.

'சௌக்கிய மன்னன்' பட்டப்பாவை சென்ற மாதம் ஒரு திருமண மண்டபத்தில சந்தித்தேன்.

முகூர்த்த சாப்பாட்டை மூக்குப்பிடிக்க சாப்பிட்டுவிட்டு அதனால் வந்த அசௌக்கியத்தை ஏப்பமாக வெளியிட்டபடி கை கழுவச் சென்றபோது, பாட்டிகளோடு போட்டி போட்டுக் கொண்டு பீன்ஸ், கொத்தவரங்காய் போன்ற கறிகாய்களைப் பதவிசாக நறுக்கிக் கொண்டிருந்தான் பட்டப்பா. என்னைக் கண்டதும் எழுந்து வந்தான். ''என்ன பட்டப்பா, சௌக்கியமா இருக்கியா?'' வழக்கமான கேள்வி வந்துவிட்டது என் வாயிலிருந்து. வாயில் குதப்பிய வெற்றிலை புகையிலை கலந்த வண்ணக் கலவையைத் துப்ப மனமில்லாமல், பட்டப்பா தனது சௌக்கியத்தைக் கண்களால் 'சிக்னல்' செய்தான். எப்பொழுதும் 'சிரித்த முகம்' என்பார்களே, அது பட்டப்பாவிற்குப் பொருந்தும். ஒரு மாதிரி நெளிந்து கொண்டிருக்கும் உதடுகளோ. விசேஷமான பல் வரிசையோ கூட அதற்கு ஒரு காரணமாக இருக்கலாம். பட்டப்பாவின் சாமுத்ரிகா லட்சணத்தைச் சிறிது விவரிக்கிறேன். கேளுங்கள்.

குடுமியா அல்லது கூந்தலா என்று தீர்மானிக்க முடியாதபடி இடுப்புவரை நீண்ட முடிக்கொத்தோடு 'ரோமா'புரிக்கு மன்னனாகக் காட்சியளிப்பான் பட்டப்பா. சிறு வயதில் நண்பர்களின் கோரிக்கையை அங்கீகரித்து, சில நாட்கள் ரெட்டைப் பின்னல் பின்னிக் கொண்டு பூவும் வைத்துக் கொண்டு பெருமாள் கோயில் சந்நிதித் தெருவில் ஒயிலாக நடப்பான். பின்புறமிருந்து பார்ப்பவர்களுக்கு., செல்வது பட்டப்பாவா அல்லது பட்டம்மாவா என்ற சந்தேகம் வரும்.

புதிதாகப் போடப்பட்ட ரயில் பாதையைப் போல், இரண்டு புருவங்களும் இணைந்து அடர்த்தியாக இருக்கும். சக்தியும் சிவனும் இணைந்து இருப்பதை 'டைரக்டோரியல் டச்சாக' பட்டப்பாவின் நெற்றியில் குங்குமமும் விபூதியும் நிறைந்து கிடக்கும். நாசித் துவாரங்களுக்கு உவமையாக 'வீராணம்' குழாய்களைக் கூறலாம். பட்டப்பாவின் செவிமடல்களில் முன்பு 'கடுக்கன்' இருந்த இடத்தில், இரண்டு பெரிய துவாரங்கள் இருக்கின்றன.

பட்டப்பா சர்வரானால் பென்சிலை வசதியாக அத்துவாரங்களில் சொருகிக் கொள்ளலாம். இத்தனையும் மீறி பட்டப்பாவின் முகத்தில் ஒரு 'தேஜஸ்' தென்படும். சந்தோஷமும் சௌக்கியமும்

நிரந்தரமாகக் கொப்பளிக்கும் அவனது முகத்தைப் பார்க்கும்போது சில சமயம் நமக்கே பொறாமை வரும்.

பட்டப்பா ஒரு 'ஆலிவர் ட்விஸ்ட்.

பட்டப்பாவின் தாய் இறந்து போவதற்கு இரண்டு மணி நேரம் முன்பு பட்டப்பாவின் தந்தை இறந்து போனார். அந்த இரண்டு மணி நேரத்தில் நிகழ்ந்த ஒரே ஒரு சுப நிகழ்ச்சி பட்டப்பாவின் ஜனனம் தாய் மாமன் தேசிகனின் குடும்பத்தில் பட்டப்பா அகதியாகக் குடியேறினான்.

பாகவதத்தில் கிருஷ்ணருக்கு ஒரு கம்சன். இங்கு பட்டப்பாவுக்கு ஒரு தேசிகன். தேசிகனைச் சொல்லிக் குற்றமில்லை. திருமணத்தின்போது பேச்சுக்குச் சொல்லப்படும் வாழ்த்தைத் திடமாக மனத்தில் கொண்டு அதனால் பதினாறைப் பெற்று (எட்டு ஆண் குழந்தைகள், ஏழு பெண் குழந்தைகள், பதினாறாவது ஆணா, பெண்ணா என்பது தேசிகனின் மனைவி பிரசவித்தால்தான் தெரியும்.) பல்லைக் கடித்துக் கொண்டு பெருவாழ்வு வாழ நவீன குசேலன் தேசிகன் திண்டாடிக் கொண்டிருந்த காலம் அது. தனது கோபதாபங்களை வெளியிடுவதற்குத் தாய்மாமன் தேசிகன், மருமான் பட்டப்பாவின் முதுகை மிருதங்கமாக்கிக் கொள்வான்.

பட்டப்பாவும் தாய் மாமன் அடிப்பதற்கு வசதியாகப் புறமுதுகு காட்டிக் கொண்டு சிரித்தபடி இருப்பான். துச்சாதனன் இழுக்க இழுக்கத் திரௌபதியின் வஸ்திரம் வந்து கொண்டே இருந்தது போல, தேசிகன் எவ்வளவுதான் அடித்து நொறுக்கினாலும் பட்டப்பாவின் முகத்திலுள்ள சிரிப்பு மறையாது. சிரிப்பு பட்டப்பாவின் முகத்தில் ரேகையாகவே படர்ந்திருக்கும். அதற்காகப் பட்டப்பாவைத் தேசிகனின் கொத்தடிமை என்று தவறாக எண்ணி விடாதீர்கள். அடிபடும் நேரத்தில் தாய் மாமனைப் பழிவாங்கப் பட்டப்பா திட்டம் தீட்டி விடுவான்.

தேசிகனின் புத்திர சிகாமணிகளுக்கு மிட்டாய் என்று கூறி 'பர்கோலாக்ஸ்' மாத்திரைகளைக் கொடுத்து, அவை வயிற்றுப் போக்கால் அவதிப்படுவதை வேடிக்கை பார்த்து வஞ்சம் தீர்த்துக் கொள்வான்.

ஞாபகசக்தியில் பட்டப்பா, அப்புவை (யானை) விடக் கூர்மையானவன். வில்லிவாக்கம் 'நாதமுனியில்' ஆரம்பித்து அடையாறு 'ஈராஸ்' தியேட்டர் வரை ஒன்றுவிடாமல் குறிப்பிட்டு அவற்றில் தற்சமயம் ஓடிக்கொண்டிருக்கும் படங்களின் பெயரையும் துல்லியமாகக் கூறுவான்.

அந்நாளில் பிரபலமான இந்திப் பாடல்களை 'முகேஷ்' போல மூக்கால் பாடிக் காட்டுவான். கேட்பதற்கு இந்தி போலவே

இருக்கும். ஆனால் அவன் பாடிய பாடலில் ஒரு வரியில்கூட இந்தி வார்த்தைகள் இருக்காது என்பதுதான் ஆச்சரியம்!

எங்கள் பள்ளியில் பாடங்களைத் தவிர 'தக்ளி நூற்றல், தறி போடுதல், ராட்டை சுற்றுதல்' போன்ற Craft வகுப்புகளும் உண்டு. பட்டப்பா ராட்டை சுற்றுவதை 'ஆட்டன்பரோ' பார்த்திருந்தால் அவனையே பால காந்தியாகத் தனது படத்தில் பயன்படுத்தியிருப்பார்.

இடது கை, வலது கை இரண்டினாலும் வில்லை விடும் தேர்ச்சி பெற்றிருந்ததால் அர்ச்சுனனுக்கு 'சவ்யஸாஸி' என்ற பெயர் உண்டு. பட்டப்பா கிரிக்கெட்டில் ஒரு 'சவ்யஸாஸி' இது தவிர புட்பால், ஹாக்கி, கேரம், செஸ், கோலி விளையாட்டு, பம்பரம் போன்ற எந்த விளையாட்டிலும் பட்டப்பாவை வெல்ல அந்நாளில் எவரும் கிடையாது. அன்று பட்டப்பாவோடு விளையாடித் தோற்ற பலர். இந்நாளைய சாம்பியன்களாகத் திகழ்கிறார்கள்.

விளையாட்டுத் தவிர சில வீர விளையாட்டுகளிலும் பட்டப்பா 'கெட்டப்பாக' இருந்தான். கிங்காங், தாராசிங் மல்யுத்தத்தில் போடும் 'கத்திரிப் பிடி'களைப் போஸ்டரில் பார்த்துவிட்டு வந்து அதை எதிர் வீட்டு உப்பிலியிடம் முயன்று வென்றும் விட்டான். 'கத்திரிப் பிடி' போடத் தெரிந்த பட்டப்பாவுக்கு அதை எடுக்கத் தெரியவில்லை. உப்பிலி மூச்சுத் திணறி நீலமாகிக் கொண்டிருந்தான். பால்காரநாயுடு வந்தாரோ உப்பிலி பிழைத்தான். எக்கச்சக்கமாகக் கத்திரிப்பிடிபோட்டதால் பட்டப்பாவின் இரு கைகளும் மூன்று நாட்களுக்கு 'எஸ்' போல இருந்தது.

பட்டப்பா எங்களுக்கு 'பாலன்ஸ்' மந்திரம் உபதேசித்து சைக்கிள் விடக் கற்றுக் கொடுத்த தட்சிணாமூர்த்தி. இன்று வரை அவனுக்குச் சொந்த சைக்கிள் கிடையாது. ஆனால் இன்று எங்களில் பலர் கார் வைத்திருக்கிறோம்.

பட்டப்பாவால் எதையும் பொறுத்துக் கொள்ள முடியும். அதர்மம் (அவன் பாஷையில் அழுகுணி ஆட்டம்) ஒன்றைத் தவிர. எங்கள் பள்ளி மைதானத்தில் தொடர்ந்து ஏழு நாட்கள் சைக்கிள் விடுவதாகச் சவால் விட்டான் ஒருவன். மாலையில் வட்டம் கலைந்ததும் அவன் சைக்கிளை நிறுத்தி விட்டு ஓய்வெடுப்பதை பட்டப்பா வேவு பார்த்துக் கண்டுபிடித்து அம்பலமாக்கினான். எங்கேயெல்லாம் அழுகுணி ஆட்டம் நடக்கிறதோ அங்கே யெல்லாம் பட்டப்பா அவதாரம் செய்வான்!

எங்களுக்கெல்லாம் திருப்புமுனையாக இருந்த எஸ்.எஸ். எல்.ஸி., பட்டப்பாவுக்கு மட்டும் தடையாகி எங்களை அவனிடமிருந்து பிரித்தது. அவனோடு பழகிய நாங்கள் நல்ல வேலைகளில் இருக்கிறோம். நான் அறிந்து பட்டப்பா உத்தியோகத்திற்கு இது நாள்வரை சென்றதில்லை. ஒரே ஒரு தடவை பலரின் வற்புறுத்தலுக்கு இணங்கி பட்டப்பா ஒரு வேலையில் சேர்ந்தான். வேலை முழுதாகப் பார்த்தது ஒரே ஒரு நாள்தான். மறு நாள் ஆறு மணி நேரம் லேட்டாகப் போனதால் பட்டப்பாவை டிஸ்மிஸ் செய்து விட்டார்கள். அவன் வேலை பார்த்த அந்த ஒரு நாளில்கூட, பட்டப்பா அவசியம் போக வேண்டிய பல விசேஷங்கள் நடந்து விட்டன. இப்படி உலகக் காரியங்களைக் கவனிக்க விடாமல் அப்படி என்ன உத்தியோகம் வேண்டிக் கிடக்கிறது என்ற வெறுப்பில், ஆபீஸ் ஆசையைத் துறந்து நிரந்தர நாடோடியாகத் திரிய, மனத்தால் சன்யாசம் வாங்கிக் கொண்டான்.

நீங்கள் கேட்கலாம். இந்த விலைவாசியில் இப்படியொரு ஜன்மம் எப்படித்தான் சௌக்கியமாக இருக்கிறது என்று பட்டப்பாவின் அன்றாடத் தேவைகள், இரண்டு கவளம் மோர்

சாதம்; எட்டணாவிற்கு வெற்றிலை, சீவல், புகையிலை. இப்படிக் கவலைகள் ஏதுமின்றி இருக்கும் பட்டப்பா ஒரு பரப்பிரும்மமா, இல்லையா?

விவேகம் அவனிடம் விளையாட்டாக அமைந்து விட்டது.

நமது தேவைகள் பல, பட்டப்பாவிற்கு கிடையாது. ஆபீசுக்குச் செல்லாததால் நாம் அணியும் ஆடம்பர உடைகள் அவனுக்கு அனாவசியம். 'மவுண்ட் பேட்டன்' வந்தாலும் சரி, 'மர்லின் மன்றோ' வந்தாலும் சரி, பட்டப்பா வேடிக்கை பார்க்க நாலு முழ வேட்டியில்தான் செல்வான்.

அவசரமாகச் சென்று முடிக்க வேண்டிய காரியங்கள் ஒன்றும் இல்லாததால் பட்டப்பாவிற்கு நம்மைப் போல காரோ, பஸ்ஸோ, ஸ்கூட்டரோ தேவையில்லை. செல்லுமிடம் திருப்பதியோ, திருவல்லிக்கேணியோ பட்டப்பா 'வினோபா' காட்டிய வழியில் நடப்பான். முப்பத்தைந்து வயதாகியும் பட்டப்பா திருமணம் செய்து கொள்ளவில்லை. எனவே, மனைவி கிடையாது; எனவே, பட்டுப் புடவை கிடையாது; அதற்கு மாட்சாக ரவிக்கைத்துண்டு கிடையாது. வைர நெக்லெஸ், எட்டு கல் பேசரி கிடையாது...மிக்ஸி, பிரஷர்குக்கர் கிடையாது... மனைவி கட்சியைச் சேர்ந்த விருந்தினர்கள் வரவு கிடையாது... குழந்தை கிடையாது. எனவே, அமுல் கிடையாது. அழுகை கிடையாது... கல்யாணத்தை ஒதுக்கியதில் பட்டப்பா பல லாபங்களை, முதலீடு செய்யாமலே அடைந்து விட்டான். இப்பொழுது புரிகிறதா, பட்டப்பாவின் 'சௌக்கிய ரகசியம்' என்னவென்று!?

திருமண மண்டபத்தில் பட்டப்பா என்னைப் பார்த்து, ''டேய், கராச்சி டெஸ்ட் மாட்ச் பார்த்தியோ?'' என்று கேட்டான். நான் ஆபீசுக்குச் செல்வதால் திங்கள், செவ்வாய் போன்ற வேலை நாட்களில் டி.வி. பார்க்க முடியாது என்று அவனிடம் கூறினேன்.

''சொந்தமா டி.வி. வச்சுண்டுருக்கே! என்ன பிரயோஜனம்? கிரிக்கெட் மாட்ச் பார்க்க முடியலை. அஞ்சு நாளும் நான் கீழ் வீட்டு டி.வி.ல அமர்க்களமா பார்த்தேன். ஒரு தொந்தரவு கிடையாது. கீழ் வீட்டுப் பசங்கள்ளலாம் ஸ்கூலுக்குப் போயிட்டாங்க.. மாமா ஆபீசுக்குப் போயிடுவார்...'' பட்டப்பா சொல்லச் சொல்ல, எனக்கு நாபிக்கமலத்திலிருந்து உதித்த வயிற்றெரிச்சல் வாய் வழியாகப் புகையாக வந்தது.

''பாகிஸ்தான் அம்ப்பயர்ஸ் ரொம்ப அழுகுணி ஆட்டம்ப்பா...'' என்றான் பட்டப்பா. பட்டப்பா ஒன்று கூறினால் அது சரியாகத்தானிருக்கும்.

பாகிஸ்தானில் என் சோகக் கதையைக் கேளு தாய்க்குலமே!

பாகிஸ்தானில் தற்சமயம் பரிதாபத்திற்குரிய இந்திய அணிக்கும் 'புஜபல பராக்கிரம' இம்ரான்கான் அணிக்கும் நடக்கும் கிரிக்கெட் யுத்தத்தை, பேரறிஞர் பெர்னர்ட்ஷா பார்த்திருந்தால் இப்படித்தான் குரூரமாக விமரிசனம் செய்திருப்பார்.

''பதினோரு முட்டாள்கள் (பாகிஸ்தான் அணி) விளையாடுகிறார்கள்... அதைப் பதினோரு முட்டாள்கள் (இந்திய அணி) விளையாடாமல் வெட்டியாக நின்றுகொண்டு வேடிக்கை பார்த்துக் கொண்டிருக்கிறார்கள்.''

''இன்னும் சில நூற்றாண்டுகளுக்குப் பிறகு இந்தியாவின் மீது படையெடுத்த முகலாய மன்னர்கள் யார் யார்?'' என்ற கேள்வியை ஒரு சரித்திர மாணவனைக் கேட்டால் அவனும் தயங்காமல் ''பாபர், அக்பர், இம்ரான்கான், ஸாகீர் அப்பாஸ், முதாஸர் நஸர்'' என்று அடுக்கிக் கொண்டே போனாலும் ஆச்சரியப்படுவதற்கில்லை.

கத்தியின்றி ரத்தமின்றி வெறும் பந்தையும் மட்டையையும் வைத்து நடந்த இந்த ஆறு 'பானிபட்' யுத்தங்களில், கவாஸ்கரின் குழு காட்டிய புறமுதுகு, தொலைக்காட்சியின் வாயிலாக நமக்கு அம்பலப்படுத்தப்பட்டது. கிரிக்கெட்டோ, ஹாக்கியோ எந்த விளையாட்டாக இருந்தாலும் நாம் உதைபடப் போவது சர்வ நிச்சயம் என்கிற பட்சத்தில்... பேசாமல் 'இந்திய அணி' என்று ஒன்றைத் தேர்வு செய்து வைத்துக் கொண்டு கிரிக்கெட் ஹாக்கி, புட்பால், கபடி, பல்லாங்குழி போன்ற எந்த விளையாட்டிற்கும் தேர்வு செய்த இந்த அணியையே அனுப்பினால் 'அட்லீஸ்ட்' செலவாவது மிச்சமாகும்... எதற்கு அனாவசியமாக தனித் தனியாக 'டீம்கள்'?

பின்னால் வரப் போகிற புயலுக்கு முன் அமைதியாக 'லாகூரில்' நடந்த முதல் டெஸ்ட் மாட்ச் சுபமாக டிராவில் முடிந்தது. இரண்டாவதாக நடந்த 'கராச்சி' டெஸ்ட்டில் நாம் கபளீகரம் செய்யப்பட்டோம். லஞ்ச் இடைவேளை டீ இடைவேளை அல்லது 'டிரிங்க்ஸ்' போன்ற 'ஸாகீர் அப்பாஸ்' மைதானத்தில் இல்லாத நேரங்களைத் தவிர மற்ற சமயங்களில் அவரை அவுட் செய்வது துர்லபமாயிற்று. இந்திரஜித் வீசிய அஸ்திரத்தில் கட்டுண்டு மயங்கிக் கிடந்த இலக்குமணனைப் போல 'கபில்தேவ்' ஏனோ செயலிழந்து காணப்பட்டார்.

ஸாகீர் அப்பாஸின் யானைப் பசிக்கு மதன்லால்தான் சோளப் பொரி. 'பந்தை' மெதுவாக வீசுகிறார் என்ற ஒரே அறிகுறியை வைத்துத்தான் 'தோஷி'யை 'ஸ்பின்பௌலர்' என்று கூறலாம். மற்றபடி ஸாகீர் அப்பாஸைப் பொறுத்தவரை தோஷிக்கும் மதன்லாலுக்கும் வித்தியாசம் கிடையாது. மதன்லால் ஓடி வந்து பந்தை வீசுகிறார். 'தோஷி' நிதானமாக நடந்து வந்து வீசுகிறார். அவ்வளவுதான்.

தோஷி, விஸ்வநாத் போன்றவர்கள் இன்னமும் இருப்பதால் இந்திய கிரிக்கெட் அணி பார்ப்பதற்கு ஏதோ வயோதிகர்களைப் போஷிக்கும் புனர் வாழ்வு சங்கமாகத் தோற்றமளிக்கிறது.

கபில்தேவையும் மதன்லாலையும் வயோதிகக் கணவனாகப் பாவித்து ஒத்துழைக்க மறுத்த 'பிட்ச்' (Pitch) இம்ரான்கானின் ஆசை நாயகியாக மாறியது. லாகூர் டெஸ்ட்டிற்கம் கராச்சி டெஸ்ட்டிற்கும் இடையே இருந்த சில நாட்களில் 'இம்ரான்கான்' 'பீம புஷ்டி'லேகியத்தைக் காலயும் மாலையும் அளவுக்கு அதிகமாகச் சாப்பிட்டிருக்க வேண்டும். மனிதர் ருத்திர தாண்டவம் ஆடினார். நமது கிரிக்கெட், இம்ரான்கானிடம் தறிகெட்டுப் போனது.

கவாஸ்கர், விஸ்வநாத், வெங்க்சர்க்கார்... ஒவ்வொரு நாயன்மார்களாக வந்து வந்து சென்று அறுபத்திமூவர் உற்சவம் நடத்தினார்கள். கராச்சியில் நமக்கு 'டெபாஸிட்டே' போய்விட்டது.

பைசலாபாதில் மறுபடியும் ஒரு மரண அடி. பாகிஸ்தானிலும் ஒரு ஹைதராபாத் இருக்கிறதாம். பூகோளம் தெரியாதவர்களுக்கு இது ஒன்றுதான் வித்தியாசமான விஷயம். ஸ்ரீகாந்த் முதல் பந்திலேயே பாகிஸ்தான் சேகரித்த மொத்த ரன்களையும் எடுக்க நினைத்து வீசுகிறார். இம்ரான்கான் ஸ்ரீகாந்த்தை மழலையாகப் பாவித்து 'மிட்டாய்' கொடுத்து ஏமாற்றி விட்டார்.

நமது ஸ்ரீகாந்த் பீல்டிங்கில் சூரப் புலி... பந்தைப் பிடித்தவுடன் அதை இருந்த இடத்திலிருந்து பௌலரிடம் வீசாமல் பந்தோடு

அவரிடம் ஓடிச் சென்று பந்தைக் கொடுத்து பௌலரிடம் 'ரசீது' வாங்கிக் கொள்ளும் அளவிற்கு ஸ்ரீகாந்த்திடம் பணிவு இருக்கிறது... அதே பாணியில் ஒரு ரன் அவுட்டும் செய்துவிட்டார்!

அது சரி விஸ்வநாத் ஏன் இப்படி ஓய்வு பெற்று விலகாமல் அழிச்சாட்டியம் செய்கிறார்...? கல்தோன்றி மண் தோன்றாத காலத்தில் பிரமாதமாக விளையாடினார் என்ற ஒரே காரணத்திற்காக இன்னுமா குழுவில் வைத்து கொள்வது?

'ஐயா, விஸ்வநாத் அவர்களே! கற்பூரத்தை அணைத்துக் கூறுகிறோம். நம்புங்கள், நீங்கள் விலகும் காலம் வந்து விட்டது... இந்திய அணி பீல்டிங் செய்யும் நேரங்களில் 'கிர்மானியின்'' அருகில் 'மப்பாக' நின்று கொண்டு நீங்கள் செய்யும் 'ராம' ஜபத்தை வீட்டில் இருந்து கொண்டு செய்யுங்கள். சில சமயங்களில் உங்களைத் தொலைக் காட்சியில் பார்க்கும் பொழுது மூப்பால் தளர்ந்த 'யயாதி' மன்னனின் நினைவு வருகிறது.

இவ்வளவு துயரத்திற்கும் மத்தியில் 'வாராது வந்த மாமணியை'ப் போல வந்து ஓரளவு நமது மானம் காத்த மகாத்மா 'மொகீந்தர் அமர்நாத்!''

இந்த அழகில் நாம் கிரிக்கெட் விளையாட வெஸ்ட் இண்டீஸ் வேறு செல்லப் போகிறோம். இங்காவது பரவாயில்லை. ஒரு இம்ரான்கான்! மேற்கு இந்தியரிடம் நான்கு அதிவேகப் பந்து வீச்சாளர்கள் உள்ளனர். இம்ரான்கானோடு ஒப்பிடுகையில் அந்த நால்வரும் இம்ரான்கானின் 'மாதா பிதா குரு தெய்வ'த்திற்குச் சமமானவர்கள். இம்ரான் பந்துவீச்சு 'புயல்' என்றால், மேற்கு இந்தியர் நால்வருடைய பந்து வீச்சு, ஊழிக்காற்று.

''ஒருவேளை பாகிஸ்தானியர்கள் கொடுத்த மரண அடியை 'வெஸ்ட் இண்டீஸ்' குழுவினரும் நமக்குக் கொடுக்க ஆரம்பித்தால் இருக்கவே இருக்கிறது கை வசம் நாம் வெற்றி வாகை சூட ஒரு வழி.''

இந்திய அணியில் சிலுக்கு ஸ்மிதாவுக்கு ஒரு இடம் கொடுப்போம். சிலுக்கு ஸ்மிதாவின் கவர்ச்சியில் மயங்கி மெய்ம்மற ஸாகீர் அப்பாஸ் நிற்கும்போது சுலபமாக அவுட் செய்து விடலாம். சிலுக்கு ஸ்மிதாவின் நினைவில் நிலைதடுமாறி இம்ரான்கான் மெதுவாக வீசும் பந்துகளை வெளுத்து வாங்குவோம்.

கவாஸ்கர், கபில்தேவ் ஆடிச் சாதிக்க முடியாததை, சிலுக்கு ஸ்மிதாவின் கவர்ச்சி ஆட்டம் சாதிக்கும் கவர்ச்சி மயமேவ ஜெயதே!

(நிறைந்தது)

www.ingramcontent.com/pod-product-compliance
Lightning Source LLC
LaVergne TN
LVHW100834051026
849519LV00006B/2294
9789363580459